பூர்ணிமை

க.வீரபாண்டியன்

டிஸ்கவரி புக் பேலஸ்

கே.கே.நகர் மேற்கு, சென்னை - 600 078.
(பாண்டிச்சேரி கெஸ்ட் ஹவுஸ் அருகில்)
Ph: +91 - 44 - 4855 7525, Mobile: +91 87545 07070

பூர்ணிமை (சிறுகதைகள்)
ஆசிரியர்: க.வீரபாண்டியன்©

Poornimai (Short Stories)
Author: G.Veerapandian©

First Edition: August - 2018
Pages: 128
ISBN : 978-93-86555-51-9

Cover Design: Manivannan

Published by :

Discovery Book Palace (P) Ltd,
6, Mahaveer Complex, Munusamy Salai,
K.K.Nagar West,Chennai-600 078.
Ph: +91 - 44 - 4855 7525
Mobile: +91 87545 07070

E-mail: discoverybookpalace@gmail.com,
Website: www.discoverybookpalace.com

Rs. 130

படையல்...

என் வாழ்வுக்கும், சிந்தைக்கும்
எப்போதும் ஆதரமாக விளங்கும்
மதுரை அண்ணாநகர் எஸ்.எம்.பி காலனி என்ற
அருந்தமிழர் குடியிருப்புக்கு...

முதல் சொல்!

முன்னுரை இல்லாத புத்தகம் இருக்கலாகாது என்ற சடங்கை அனுசரித்தோ, எழுதியாகவேண்டுமென்ற கட்டாயத்தின் அடிப்படையிலோ இந்த முன்னுரையை எழுதவில்லை. பொதுவாக எனக்கு முன்னுரைகள் படிக்கப் பிடிக்கும். எந்தப் புத்தகத்தை வாசிக்க நுழைந்தாலும் முன்னுரையையும், அணிந்துரையையும் நான் வாசிக்காமல் இருந்ததில்லை. இதற்குக் காரணம், முன்னுரைகளைப் படிக்காமல்விடுவதால் நூலைப் பற்றியோ, நூலை எழுதியவரைப் பற்றியோ கிடைக்கும் சிறு அறிமுகத்தைத் தவறவிட்டு விடுவோமோ என்ற கவலையில் அல்ல. வாசிக்கப் பிடிக்குமென்ற ஒற்றைக் காரணத்தைத் தவிர வேறேதும் காரணம் வேண்டுமா? பல சமயங்களில் முதல் பக்கத்தில் அச்சிடப்பட்டிருக்கும் நூல் மற்றும் பதிப்பு தொடர்பான விவரங்களைக்கூட நான் கதைகளை வாசிக்கும் அதே சுவாராஸ்யத்தோடு வாசிப்பதுண்டு. வாசிப்பது என்று வந்துவிட்டால் மனம் லயிக்கும் எல்லா விசயங்களையும் வாசித்துவிடுவதுதான் எனது இயல்பு.

வாசிப்பே வாழ்க்கையென்று பித்துப்பிடித்து வாழ்ந்த வாழ்க்கையனுபவம் உள்ளோர்க்கு இதில் வியப்பேதும் இருக்க முடியாது. வாசிப்பு என் வாழ்க்கைப் பயணத்தில் தவிர்க்கமுடியாததொன்று. இதைச் சொல்வதால், வாசிப்பு மட்டும் தனியே ஒரு பயணம் என்று எடுத்துக்கொள்ளக்கூடாது. வாழ்க்கையே ஒரு பயணம்தான். ஒவ்வொருவருக்கும் ஒவ்வொருவிதமான பயணம். என் பயணம் காட்டுவழிப் பயணம். ஒழுங்கோடும் ஒழுங்கற்றும் பரந்தமைந்த அடர்ந்த காட்டுக்குள் வாழும் சின்னஞ்சிறு உயிரிகளில் நானுமொரு உயிரி. எளிய உயிர்களை வாட்டி வதைத்து ஏய்த்துப் பிழைக்கும் வல்லூறுகள் இந்த வனத்திற்குள் நிறைய உண்டு. நெரிக்கப்படும் என் சக உயிரியின் குரல்வளையிலிருந்து வரும் முனகல், விதவிதமான சத்தமெழும் இந்தக் காட்டிரைச்சலில் கலந்து சத்தமில்லாமல் அமிழ்ந்துபோகாமல் என் காதில் பேரிரைச்சலாக வந்து விழுகிறது. ஒளிர்விடும் அதன் கண்கள் இருட்டுக்குள் ஓசையின்றி குத்திக் குருடாக்கப்படுவது அகலத் திறந்தபடி அலையும் என் கண்களுக்குத் தெரிந்துவிடுகிறது. பேரிரைச்சலின் அலறலையும் குருடாக்கப்படும் காட்சியையும் உலகத்திற்குச் சொல்ல

மிஞ்சியிருக்கும் சொற்பமான உயிரிகளில் நானுமொருவன். அநீதியான இக்கொடூரங்களை எத்தனை நாள்தான் உள்ளுக்குள்ளேயே வைத்துப் புழுங்கிக்கொண்டிருப்பது?

இந்தக் காட்டுலகத்தின் அடாவடிகளுக்குக் கட்டுப்படாத என் வாழ்வை சொல்லித் தீர்க்க கதைகளைத் தேர்ந்துகொண்டேன். எனக்கு உவப்பான வடிவமாக சிறுகதை என் முன்னால் கிடந்தது. என் கதையும் கதைமொழியும் உங்களுக்குப் பரிச்சயமானதாகத் தோன்றலாம். வழக்கமான யதார்த்த மொழியில் சொல்லப்பட்ட சமூகச் சிக்கல்கள் என்று எளிதில் கடந்துபோகலாம். ஆனால் அது ஒரு மாயை. நான் சொல்லும் கதைகளை வேறு யாரும் உங்களுக்குச் சொல்லிவிட முடியாது என்பதை உறுதியாகச் சொல்லிவிடுகிறேன். 'இதைப்போல' இன்னொருவர் சொல்ல முயன்றிருக்கலாம். ஆனால் இதையே சொல்லிவிட முடியாது. என் அனுபவங்கள் எனக்கு மட்டுமே சொந்தமான அனுபவங்கள். நான் எதிர்கொண்டதை இன்னொருவர் எதிர்கொண்டிருக்க சாத்தியமேயில்லை. என்னுடைய குரலை நீங்கள் என்னிடம் மாத்திரமே கேட்க முடியும். இந்தக் கதைகள், நாக்கு அறுக்கப்பட்ட ஊமை மொழியின் அலறல் எதிரொலிக்கும் கதைகள். மாறுகை மாறுகால் வாங்கப்பட்டு முடமாக்கப்பட்டதால் என்னால் இனி வாளெடுத்துப் போர்செய்ய இயலாது என்ற நினைப்பைப் பொய்யாக்கும் கதைகள். என்னுடைய பயணத்தைப் பற்றி, நான் சந்தித்த சகபயணிகளைப் பற்றி பக்கத்தில் அமர்ந்திருக்கும் இன்னொருவரிடம் சொல்லிவிட வேண்டுமென்ற ஆவல்தான் இந்தக் கதையளப்பு. கூரான கற்கள் துருத்திக்கொண்டிருக்கும் இந்த வனத்தில் அங்கங்கே இளைப்பாறியபோது, காற்றின் மிதப்பில் அலையும் நான் விட்டுச்சென்ற சொற்களில் உறைந்திருக்கும் பெருமூச்சின் வெப்பம் என் கோபத்தைக் கொஞ்சமேனும் உணர்த்தக்கூடும் என்னும் நம்பிக்கைதான் என்னை எழுத வைக்கிறது. இந்தக் காட்டுப்பாதை எனக்கு முன்பும் பலபேர் பயணித்த பாதை. பல மைல்கற்களை நிறுவிவிட்டுச் சென்றவர்கள் இதில் ஏராளம். எத்தனை இருந்தாலும் என்னுடைய காலடித்தடம் என்னுடையதுதானே! இனி வாசிக்கிறவர்களின் கைகளுக்குப் புத்தகமாக வந்துவிட்டபிறகு வாசிப்போர் கதைகள் குறித்துப் பேசுவதை காதுகொடுத்துக் கேட்கவும், எழுதுவதைப் படித்துத் தெரிந்துகொள்ளவும் காத்திருக்க வேண்டியதுதான்.

சிறுகதைகளை வெளியிட்ட செம்மலர், உயிர் எழுத்து, கணையாழி, காக்கைச்சிறகினிலே, காலச்சுவடு, ஆனந்த விகடன், நம் நற்றிணை இதழ்களுக்கும், அதன் ஆசிரியர்களுக்கும் நன்றி. கவின் ஆன்டணி, ச.தமிழ்ச்செல்வன், ஆதவன் தீட்சண்யா, எஸ்.ராமகிருஷ்ணன், அகரமுதல்வன், சுதீர் செந்தில், ம.ராசேந்திரன், முத்தையா, ரீனா ஷாலினி, ரா.கண்ணன், அதிஷா, சரண், வெய்யில், யுகன், மதிவண்ணன், இந்திரன், கௌசல்யா சங்கர், இளங்கோவன் கீதா, பாரதி பிரபு, உமாதேவி, தாமஸ் ஆல்வா எடிசன், சேரலாதன், கவிதா முரளிதரன், ஹாசிஃப் கான், திண்டுக்கல்

தமிழ்ப்பித்தன், ஜோ.செ.கார்த்திகேயன், ப.சின்னச்சாமி, ஆறுமுகம், வெ.கனியமுதன், கு.காமராஜ், தா.மாலின், வீ.சுப்பிரமணியன், காளீஸ்வரன் மற்றும் இதழ்களில் சிறுகதைகள் வெளிவந்ததும் வாசித்துவிட்டுத் தங்கள் கருத்துகளைப் பல தளங்களிலும் ஊடகங்களிலும் எழுதி, பேசி, பகிர்ந்துகொண்ட வாசகர்கள் அனைவருக்கும் நன்றி. இதழில் வெளிவந்த சில கதைகளின் (செல்லாக்காசு, முச்சந்தியில் மற்றும் காந்தியின் சிரிப்பு) தலைப்புகளும், சில வரிகளும் திருத்தப்பட்டுள்ளன.

இந்தச் சிறுகதைத் தொகுப்பை டிஸ்கவரி புக் பேலஸ் சார்பில் வெளியிட முன்வந்த மு.வேடியப்பன் அவர்களுக்கும், அட்டைப்படம் வரைந்து கொடுத்த ஓவியர் மணிவண்ணன், பிழைதிருத்தம் செய்துதந்த எழுத்தாளர் சி.மோகன் அவர்களுக்கும் மற்றும் புத்தக உருவாக்கத்தில் பங்குகொண்ட நண்பர்கள் அனைவருக்கும் நன்றி. தங்களுக்கான நேரங்களைக் களவாடிக் கொண்டதாக குற்றச்சாட்டு வாசிக்கும் இணையர் ஆண்டாள், செல்வங்கள் சங்கமித்ரா, புத்தமித்திரன் மூவரையும் இனிவரும் நாட்களிலும் பொறுத்துக்கொள்ளுமாறு வேண்டுகிறேன். எழுத்தின் ஊடாகத் தொடர்ந்து சந்திப்போம். நன்றி.

14.08.2018
அனந்தபுரம்

க.வீரபாண்டியன்
veerapandiang@gmail.com

உள்ளடக்கம்

1.	தீராக்கடன்	11
2.	முச்சந்தியில்	23
3.	செல்லாக்காசு	31
4.	பூர்ணிமை	40
5.	இரண்டாம் காட்சி	47
6.	காந்தியின் சிரிப்பு	60
7.	சவக்குழி	67
8.	லக்ஸ் சோப்பின் நறுமணம்	75
9.	வெள்ளாட்டுக் கறி	83
10.	கதாபாத்திரம்	93
11.	கன்னியம்மாள்	104
12	கல்வச்ச தோடு	116

தீராக்கடன்

'நம்மள விட்டுட்டுப் போய்ட்டாய்ங்களே' என்று நினைத்துக்கொண்டே சைக்கிள் பெடலை டக் டக்கென ரெண்டு மிதிமிதித்து சைக்கிளில் ஏறினான் ராமன். 'இங்கன ஒதுக்குப்புறமா ஒண்ணுக்குப் போயிட்டு வர்றதுக்குள்ள சொல்லாம கொள்ளாம கெளம்பிட்டாய்ங்களே' என அங்கலாய்த்துக் கொண்டது மனசு. போகிற திசையிலே கவனம் செலுத்த வேண்டிய மனசைக் காற்றில் பறக்க விட்ட அவனின் வேட்டி பற்சக்கரத்தில் சிக்கிக்கொண்டது. பிரேக்கைப் பிடித்தாலும் நிற்காமல் ஓடியது சைக்கிள். வண்டி கையில் இருந்தாலும் அவனின் கட்டுப்பாட்டில் இல்லை. அவன் மனசும்தான். வண்டி கொஞ்சம் தூரம் ஓடி நின்றது. சிக்கிய வேட்டியோடு ஓரத்தில் ஒதுங்கி அவிழ்ந்து விடாதவண்ணம் ஒரு தினுசாக இடது பக்கமாகப் பைய இறங்கி துணியைச் சக்கரத்தின் பல்லிடுக்கிலிருந்து எடுக்க தவுதாயப்பட்டான். கடைசியில் பொத்தலோடுதான் வெளிவந்தது. இது முதல்முறை விழுந்த பொத்தலாய் இருந்தால்தானே கவலைப்படுவதற்கு.

குப்பானும், பெருமாளும் வழிவிட்டானின் வீட்டைச் சேர்வதற்குள் அவர்களைப் பிடித்துவிட வேண்டுமென்ற நினைப்பில் சைக்கிளை இன்னும் மிதிமிதியென மிதித்தான்.

தேதி முப்பதாகி விட்டது. பெரும்பாலான மாநகராட்சி துப்புரவுப் பணியாளர்கள் வழிவிட்டானையும், அவனைப் போன்ற வட்டிக்கு விடுகிறவர்களையும் நோக்கித்தான் படையெடுத்துக் கொண்டிருப்பார்கள். வேறு யாராவது வந்து வழிவிட்டானை வங்கிக்கு அழைத்துச் செல்வதற்கு

முன்பு நாம் முந்திவிட வேண்டுமென்கிற நினைப்பு சைக்கிளின் வேகத்தை அதிகப்படுத்தியது.

மாதச்சம்பளம் குடும்பத்தின் வரவு செலவுகளுக்குப் போதாது. இதை நன்கு அறிந்த கந்துவட்டிக்காரர்களிடையே மாநகராட்சி துப்புரவுப் பணியாளர்களுக்கு வட்டிக்குப் பணம் தருவதில் பலத்த போட்டியே நடக்கும். கடன் தரும்போதே பேங்க் பாஸ்புக்கை அடமானமாய் வைத்துக்கொள்ளலாம்.

சம்பளத் தேதியின் போது தானே வங்கி ரசீதை நிரப்பி அவர்களின் கைநாட்டைப் பெற்றுக்கொண்டு வங்கிக்கு வந்து பணத்தை எடுத்துக்கொள்ளலாம். சொற்பமான மீதி பணத்தை மட்டும் கடன் வாங்கியவர்களுக்குக் கொடுத்தால் போதும்.

அசலை விட ஐந்து மடங்கு பணத்தை வட்டியாக வசூலித்துக்கொண்டே இருந்தாலும் பெரும்பாலான மாநகராட்சி தொழிலாளிகள் அதைக் கேள்வி கேட்பதே இல்லை. கஷ்டங்களுக்கும், அவர்களின் அவசரத் தேவைகளுக்கும் கடன் கொடுக்கிற 'சாமி'களைக் கேள்விக் கேட்டால் நாதியற்றவர்களாகி நிற்க நேரிடுமோ என்ற நினைப்பிலேயே வாழ்பவர்கள். போட்டி பலமாய் இருக்காதா என்ன! அதை மீறி குப்பனைப் போன்ற சிலர் கணக்குப் பார்ப்பதும், கேள்வி கேட்பதும் உண்டு. அப்படி கேள்வி கேட்பவர்களை அடக்க சில உத்திகளைக் கையாண்டனர். அவர்களை உடனடியாக அசலையும் வட்டியையும் கட்டச் சொல்லி வற்புறுத்துவார்கள். தவறும்பட்சத்தில் கந்துவட்டிக்காரன் வீட்டிலேயே ஒரு அறையில் அடைத்து சிறை வைத்துவிடுவார்கள்.

ஏடாகூடமாக ஏதாவது பேசினால் அவர்களை செமத்தியாகக் 'கவனிப்பதும்' உண்டு. இந்தப் பின்விளைவுகளையெல்லாம் தெரிந்த காரணத்தினாலேயே கடன் வாங்குவதோடு சரி. எப்போதும் அவர்களை எதிர்த்துப் பேசுவதே கிடையாது.

அக்கரைப்பட்டி சுப்பன் மகன் ராமன் என்றாலே எந்த வேலையும் முகஞ்சுளிக்காமல் செய்பவன். மாநகராட்சி தொழிலாளிகள் மத்தியில் எல்லா வேலைகளையும் மறுப்புச் சொல்லாமல் செய்பவன். மேஸ்திரி, இன்ஸ்பெக்டர் போன்ற உயர் அதிகாரிகளின் மத்தியிலும் நல்ல பெயரைச் சம்பாதித்திருந்தான் ராமன்.

இருபத்தைந்து வருடங்களுக்கு முன்பு தொடங்கியது ராமன் கந்துவட்டிக்காரர்களின் உறவு. இரண்டு தலைமுறை ஆட்களிடம் வரவு செலவு பார்க்கிற துப்புரவுப் பணியாளர்கள் அநேகம். கந்துவட்டிக்காரர்களில் மாநகராட்சி அதிகாரிகளும், ஊழியர்களும், அரசியல்வாதிகளும் அடக்கம். வழிவிட்டான் அப்பா பெரியாம்பிளை காலத்தில் இருந்தே ராமன் அவனிடம் வரவு செலவு செய்து வந்தான். பேங்க் பாஸ்புக், செக் ஆகியவை வருவதற்கு முன்பிருந்தே நேரடியாக அலுவலகத்தில் கணக்காளர் சம்பளம்

தரும் காலத்திலேயே பெரியாம்பிளையிடம் கடன் வாங்குவதும் அதை நாணயம் தவறாமல் திருப்பிக் கட்டியும் நற்பெயரெடுத்து வந்திருந்தான் ராமன்.

அக்காலத்தில் பெரியாம்பிளையே நேரடியாக கணக்காளரிடமிருந்து இவர்களது சம்பளப் பணத்தை மொத்தமாகப் பெற்றுக்கொண்டு வட்டிப் பணத்தை எடுத்துக்கொண்டு மீதிப்பணத்தைத் தருவது என சம்பளம் போடும் கணக்காளர் போல அதிகாரம் செய்து வந்தான். இக்காலத்தில் அவன் மகன் வழிவிட்டான் பணம் எடுப்பதில் எந்த சிக்கலிருந்தாலும் நேரடியாக வங்கி மேலாளரிடம் பேசித் தீர்த்துக்கொள்ளவான். அவனுடைய கவனிப்பும் அணுகுமுறையும் வங்கி மேலாளரிடமும், வங்கி ஊழியர்களிடமும் 'முக்கியமான வாடிக்கையாளர்' என்றே அன்பாகக் கவனிக்கப்பட்டன.

இன்று வழிவிட்டானை விட்டுவிட்டால் பணத்தோடு வீட்டிற்குப் போக முடியாது. பணமில்லாமல் எந்த மூஞ்சியோடு வீட்டிற்குப் போவது? பணமில்லாமல் வீட்டிற்குப் போனால் சுப்பம்மாள் திட்டித் தீர்த்துவிடுவாள். பாவம் அவளும் என்ன செய்வாள். குடும்பத்தின் இயலாமையைக் கோபமாகவும், ஆத்திரமாகவும் இராமன் மீது கொட்டுவதைத் தவிர அவளுக்கேதும் வழி தெரியவில்லை. இந்த நினைப்புதான் சைக்கிளை வேகமாக ஓட்டும் ராமனை அந்தக் கணம் வாட்டியது.

மூச்சை விடுவதற்கு வாயைத் திறக்கும் பொழுது மூக்கின் மீதும், கன்னங்களிலும் வழிந்த வியர்வை மீசைக்குள் புகுந்து வாயிலும் உள்ளோடி உப்பு கரித்தது. உவர்ப்பு உணர்வு வந்ததும் மீசையையும், வாயையும் தடவினான். வழிந்த வியர்வையைக் கையில் வழித்து ஈரத்தை வேட்டியில் துடைத்தான்.

'வேகாத வெய்யிலிலும், மழையிலும் நாள் பூராவும் மாடு மாதிரி உழைச்சும் மாசாமாசம் ஒழுங்கா சம்பளம் கொடுக்கிறதில்ல. உழைச்சதுக்கு தக்கன கூலி கிடைக்கலன்னா எங்கிருந்து சோறு திங்குறது. எப்படி புள்ள குட்டிகள காப்பாத்துறது. தினமும் டீத்தண்ணி குடிக்கணும்னா கூட சல்லிக்காசு கையில இல்லை. எப்படித்தான் குடும்பத்தைக் கரைசேர்க்கப் போறோமோ என்பதை நினைத்துப் பார்க்கவே மலைப்பாய் இருந்தது. கொடுக்குற சம்பளப் பணமும் விக்கிற விலைவாசியில பத்து பதினஞ்சு நாளைக்குக் குடும்பத்தை நடத்த மட்டும்தான் போதும். ஒவ்வொரு நாளையும் இப்படி கடனை வாங்கித்தான் ஒப்பேத்த வேண்டியிருக்கு.' சைக்கிள் ஓட்டும் போதும் அவன் உள்மனது பேசிக்கொண்டேயிருந்தது. வழிவிட்டானின் வீட்டைச் சேரும் வரை அவர்கள் அங்கேயே இருக்க வேண்டுமென குலசாமி வீரமுத்தம்மாளை வேண்டினான். ஒருவேளை அவன் அங்கு இல்லாவிட்டாலும் குப்பனும், பெருமாளும் சம்பளத்தைப் பெற விளக்குத்தூண் கிளை வங்கிக்குத்தான் சென்றிருக்க வேண்டும் அவர்களை வங்கியிலாவது பிடித்துவிட வேண்டுமென மனதிலொரு திட்டம் ஓடியது.

திட்டமிட்டுக்கொண்டே தெருமுனையிலிருந்து இடது பக்கம் திரும்பி வழிவிட்டானின் வீட்டை நோக்கி ஓட்டினான். தெருமுனையிலிருந்து பார்க்கும் போதே ஓரளவு தெரிந்துவிட்டது. அவன் வீட்டின் வாசலின் முன்பும், அந்த வீதியிலும் எவரும் தென்படவில்லை. அந்த மூவரும் வழிவிட்டானை அழைத்துக்கொண்டு வங்கிக்குப் போயிருப்பார்கள் என்ற சந்தேகம் வந்தது. வீதியில் எவரும் தென்படாததைக் கண்டு மனம் சிறிது பதற்றம் கொண்டது. வயிறு லேசாக கலக்கம் கண்டது. தன்னையே அறியாமல் வந்த பெருமூச்சு சோர்வைக் கொடுத்தது.

வீட்டை அடைந்ததும், "சாமி... சாமி..." வீட்டின் வாசலில் நின்று குரல் கொடுத்தான் ராமன். உள்ளிருந்து எந்த பதிலும் இல்லை. சிறிது விலகி இடப்பக்கம் இருந்த சன்னல் வழியாகக் குரல் கொடுத்தபோதுதான் வீட்டின் வரவேற்பறையையும், உள்ளமைப்பையும் இருபத்தைந்து வருட போக்குவரத்தில் எட்டிப்பார்க்கும் வாய்ப்புக் கிட்டியது . இவர்கள் வீட்டின் கேட்டைத் தாண்டி உள்ளே போக முடியாது. வீட்டின் கேட்டைக் கூடத் தொட்டது கிடையாது.

மாநகராட்சி துப்புரவு ஊழியர்கள் வந்தால் வழிவிட்டான் வீட்டின் எதிர்ப்புறம் கற்களால் மூடப்பட்ட கால்வாயின் மேல் உட்கார்ந்தே இருப்பார்கள். கால்வாயினுள் ஓடும் சாக்கடையிலிருந்து வரும் உஷ்ணவாயுவும், நெடியும் பழகிப்போய் இருந்தது. மலக்குழிகளுக்குள் இறங்கும்போது இருப்பதை விட இது குறைவுதான் என ஒருமுறை அவர்களுக்குள்ளேயே பேசிக்கொண்டார்கள்.

அப்படியொரு நாள் அங்கு உட்கார்ந்திருந்த பொழுது நடந்ததை நினைத்தால் இன்னும் அவமானத்தால் உடல் குறுகி முகம் தானாகத் தலைகவிழ்ந்து விடும். பெரியாம்பிளையிடம் கடன் வாங்கியிருந்த தன்னோடு வேலை பார்க்கும் உறவுக்காரன் ஒருவன் கேட்டுக்கு வெளியே சோகமாகக் கைகட்டித் தலையைக் கவிழ்த்தி நின்றிருந்தான். அவன் உடம்புக்கு சுகமில்லாமல் ஆறு மாதங்கள் வேலைக்குப் போகவில்லை. அதனால் வேலையை விட்டு நீக்கிவிட்டார்கள். இனி அவன் வாங்கிய கடனை யார் திருப்பிக் கட்டுவார்கள் என்னும் நிலையில் அவனை இழுத்து வந்து நிறுத்தியிருக்கிறார்கள். அவன் எவ்வளவு கெஞ்சிக் கேட்டும் அவனை விடுவதாய் இல்லை. பெரியாம்பிளையின் மனைவி விளக்குமாற்றைக் கொண்டு அவனை அனைவரின் முன்பும் வேண்டுமென்றே ஆத்திரம் தீர அடித்தாள்.

"வாங்குன காசை குடுக்க வக்கத்த இந்த பொச கெட்ட பயலுக்கு குடுக்குறத இங்க நிக்குற ஒவ்வொருத்தனும் கண்டு வாங்குன காச வட்டியும் மொதலுமா கொடுக்கலைன்னா என்ன கதிக்கு ஆளாவாய்ங்கன்னு தெரிஞ்சுக்கிடட்டும்" என்று சொல்லிக்கொண்டே வீட்டுக்குள் போனாள். கடைசியில் அவனின் மூத்த மகனை பெரியாம்பிளையின் கிராமத்தில்

இருக்கும் தோட்டத்திற்கு வாங்கிய காசைத் திருப்பிக் கட்டும் வரைக்கும் பண்ணை வேலைக்கு அனுப்பி வைத்துத் தன்னை மீட்டுக்கொண்டான்.

தண்டட்டிக் காதுகளோடு வந்த கிழவியொருத்தி உற்றுப் பார்த்தாள். நிற்பது யாரென்று பிடிபடவில்லை.

“யாரது? என்னய்யா வேணும்?” எனக் கேட்டாள்.

“ஆத்தா, நாந்தான் கார்ப்பரேசன் ராமன். சின்னவரு இல்லீங்களா?”

ராமன் பழைய ஆள். ‘சாமி’, ‘ஐயா’ என்றுதான் பெரியாம்பிளையை அழைப்பான். அவரது மகன் இப்போது ராமனுக்கு ‘சின்னவர்’. அவன் தனக்கு வயதில் இளையவனா, மூத்தவனா என வித்தியாசம் பார்ப்பதில்லை. இந்தக் காலத்து வாலிபர்கள் ‘அண்ணே’ என்பார்கள். பெரியாம்பிளைக்கு உடம்புக்கு நோவு என்றாலோ, எங்காவது வெளியூர் போய் விட்டாலோ பெரிய ஆத்தாளிடம்தான் வரவு செலவு வைப்பார்கள். அந்த ஞாபகம் இருக்குமென்ற எண்ணத்தில் ராமன் நன்கு பரிச்சயப்பட்ட ஆள்போலக் காட்டிக்கொண்டான்.

“வாரவிய்ங்க எல்லாரும் கார்ப்பரேசன்ல தெருக்கூட்டுற பயகதான. இதுல எந்த ராமனை நான் கண்டேன்” என்று அங்கலாய்த்தாள். “இப்பதான் மூணு பேரு வந்தாய்ங்க. அவிங்களோடதான் போனாப்ல. ஏதோ பேங்குக்குப் போகணுமின்னு பேசிக்கிட்டாக. ஆனா எந்த பேங்குன்னு சொல்லலியே. சின்னவன் வந்ததுக்கு அப்புறமா வந்து பாரு.” விரட்டாத குறையாகப் பொரிந்து தள்ளினாள். எத்தனை முறை ராமனிடம் வேலை வாங்கியிருக்கிறாள். அவள் தன்னைத் தெரியாததைப் போல காட்டிக்கொண்டது ஒன்றும் அவனுக்கு வருத்தமாயில்லை. அவனுக்கு வழிவிட்டானை எப்படியாவது பிடித்துவிட்டால் போதும் என்று மனம் பரபரத்தது.

“அப்படின்னா விளக்குத்தூண் பேங்குக்குத்தான் போயிருக்கணும். நான் போய் பாத்துக்கிறேத்தா.” சொல்லி விட்டு வாசலுக்கு வந்து சைக்கிளைத் தூக்கி சரட்டென்று திருப்பி இரண்டு மிதி மிதித்து ஏறி உட்கார்ந்தான். உடனடித் தேவையென்று வருகின்ற போது உடலும் மனமும் அதிவேகமாக இயங்குகிறது. எப்படியும் பேங்கிற்குச் சென்று அவர்களைப் பார்த்துவிட வேண்டும் என்ற தவிப்பு. கால்கள் வேகமாக சைக்கிளின் பெடலை மிதிக்க, கைகள் பிரேக்கிலிருந்து தன்னை முழுவதுமாக விடுவித்துக் கொண்டன.

விளக்குத்தூண் என்றதுமே மனம் அன்றைக்கு நடந்ததை நினைவுகூரத் துவங்கியது. எப்படி அதை மறக்க முடியும். அது அவ்வளவு எளிதில் மறக்கக் கூடியதா என்ன? அன்றைக்குதான் ‘இந்தப் பயல்களோட உண்மையான சுயரூபம்‘ தெரிந்ததாக அனைவரும் கருத்துச் சொன்னார்கள்.

இந்தச் சாதிக்காரனா இப்படிப் பேசியது என்று எல்லாரும் ஆச்சரியமடைந்து போனார்கள். அன்றிலிருந்து அதை எப்போதும் நினைவூட்டி பேசிக்கொண்டே

வந்தார்கள். அந்த வார்த்தைகளைக் கேட்ட எந்த கந்து வட்டிக்காரனும் கேட்ட மாத்திரத்தில் அதிர்ந்துதான் ஆக வேண்டும்.

அன்றைக்குக் காலை ஆறு மணியிருக்கும். விளக்குத்தூணுக்கு வலதுபுறமுள்ள வெங்கலக்கடைத் தெருவின் சாலையை சுத்தம் செய்துகொண்டிருந்தான் ராமன். காக்கி நிற டவுசர் தெரியும்படி வேட்டியை மடித்துக் கட்டிக்கொண்டு துண்டைத் தலையைச் சுற்றி உருமால் கட்டி நீண்ட விளக்குமாற்றில் குப்பைகளையெல்லாம் கூட்டிக் கூட்டி பத்து அடிக்கு ஓரிடத்தில் குப்பைகளைக் குவித்து வைத்துக்கொண்டே போனான். அதைத் தொடர்ந்து சின்னு தன் கையில் வைத்திருந்த இரும்புத்தகடாலான முறத்தில் அள்ளி குப்பைக்கூடைக்குள் போட்டுக்கொண்டே ராமனைப் பின்தொடர்ந்தாள். ராமன் கூட்டிக் குவித்து வைத்த குப்பைகளை கூடையில் அள்ளிக்கொண்டு போய் பக்கத்திலிருக்கும் குப்பைத்தொட்டியில் போடுவதும் அவளின் வழக்கம்.

இன்னும் சில மணிநேரங்களில் கூட்டங்களால் நிரம்ப வழியப் போகும் கடைவீதியின் சாலை முழுக்கக் குப்பைகளால் நிரம்பியிருந்தது. எட்டு மணிக்குள் முக்கிய சாலைகளைச் சுத்தம் செய்துவிட்டு குடியிருப்புப் பகுதிகளுக்குள் சென்று ஒவ்வொரு வீட்டிலிருந்தும் குப்பைகளை வாங்கி சேகரித்துக்கொள்ளவும், ஒவ்வொரு தெருமுனையிலும் கொட்டி வைக்கப்படும் குப்பைகளை அள்ளிக்கொள்ளவும் இருவரும் செல்ல வேண்டும். விளக்குத்தூணில் உள்ள கடிகாரம் ஆறு மணி முப்பது நிமிடங்களைக் காட்டியது.

“இவ்வளவு கூட்டமும் எங்க இருந்துதான் கெளம்பி வருதோ.” சிரிப்பும், கும்மளமுமாக ஆணும், பெண்ணுமாக, குழந்தைகள், முதியவர்கள் கும்பல் கும்பலாக செல்வதைப் பார்த்து ராமனிடம் சொன்னாள் சின்னு. ‘நாளுக்கு நாள் கூட்டம் பெருகிக்கிட்டேதான் போகுது. எல்லாக் கடையிலும் கூட்டம் நெறைஞ்சு வழியுது. அட்டைப் பெட்டிகளும், பிளாஸ்டிக் பேப்பருமா மலைக்கணக்கா, குவியுது. ஆனா, வீதியில திரியிற நம்ம பொழப்பு மட்டும் எல்லாக் காலத்துக்கும் தொடங்குன இடத்துலேயே அப்படியே நிக்குது.’ அவள் தனக்குத்தானே சொல்லிப் புலம்பி விசனப்பட்டுக் கொண்டாள். ராமன் பத்தடி அவளைத் தாண்டிப் பெருக்கிக்கொண்டே சென்றான். ‘சர் சர்’ரென அவன் விளக்குமாறைத் தோளுக்கு மேலும், கீழும் இழுத்து குப்பைகளை அவனுடைய இழுப்புக்குள்ளேயே வைத்துக்கொண்டு முன்னே சென்றிருந்தான்.

“காசும் பணமும் கையில சேந்து கெடக்கிறவனுக்கு கடைவீதியில அலையிறதத் தவிர வேற என்ன வேலை இருக்கப் போகுது.” வேலையில் மும்முரமாயிருந்தவன் இந்தப் பதிலை மட்டும்தான் தந்தான். “கையில காசும், பணமும் சேர்றதுனாலேயே இந்த பவிசு வந்துருமா மாமா” என்று கேட்டாள் அவள். ராமன் அவன் பாட்டுக்கு ‘சர் சர்’ரென்று இழுத்துக்கொண்டே அவளைத் தாண்டி முன்னே போனான்.

ராமனைப் பின்தொடர்ந்து சென்றுகொண்டிருந்த சின்னு, ‘ஆ.. அம்மோ.....வ்’ வென்ற பெரும் அலறலுடன் கீழே விழுந்தாள். பின்பக்கமிருந்து உதைத்ததில் தூசு நிரம்பிய தார்ச்சாலையில் விழுந்தாள். கையில் வைத்திருந்த கூடையும், தகர முறமும் கொஞ்சம் தூரம் தாண்டி விழுந்தன. கூடையில் சேகரித்து வைத்திருந்த குப்பையும் அவளின் பின்புறம் முழுக்க சிதறி விழுந்தது. அன்று காலையில் கோயிலுக்குச் சென்றதன் அடையாளமாய் வைத்திருந்த கதம்பமும் குப்பையோடு சேர்ந்து தூரப்போய் விழுந்தது. தார்ச்சாலையில் விழுந்ததால் மூக்கிலும், கன்னத்திலும் சிராய்ப்புகள் ஏற்பட்டன. விழும்போது ஊன்றிய முன்கையிலும் சிராய்ப்புக் காயங்கள். விழுந்த வேகத்தில் சட்டையின் கீழ் கொக்கி அறுந்து எங்கோ விழுந்து அவளுடைய மார்பு வெளித்தெரியும்படி ஆனதைக் கண்டு அவமானத்தில் கொதித்துப் போனாள். சின்னு அலறியதைக் கேட்ட ராமன் பதறிப் போய் திரும்பினான். ஒரு நொடி என்ன நடந்ததென்று புரியவில்லை.

“கண்டா....ரோ...லி மகளே. என்ன மயித்துக்குடீ நீயெல்லாம் கைநீட்டி காசு வாங்குற. நீயெல்லாம் எங்கிட்டே வந்து படுத்து எந்திரிச்சு போனாலும் இவ்வளவு காசு தூக்கி குடுப்பனா? பணம் வாங்குறப்ப இளிச்சுகிட்டு வாங்கின மாதிரியே திருப்பிக் கட்டணும். அந்த மயிரு இல்லைன்னா என்ன புளுத்திக்கி கைநீட்டி காசு வாங்கணும்?” என்று புல்லட்டில் உட்கார்ந்தவாறே கடும் ஆத்திரத்தில் வைதுகொண்டிருந்தான் மச்சக்காளை.

பின்னிருந்து புல்லட்டை வைத்து சின்னுவை இடித்துத் தள்ளியிருக்கிறான் மச்சக்காளை. ராமன் விளக்குமாறைக் கீழே போட்டுவிட்டு சடக்கென ஓடி வந்து அவளைத் தூக்கிவிட்டான். சின்னு கஷ்டப்பட்டு மெல்ல எழுந்தாள். காயங்களின் வலியோடு எழுந்தவள் பதிலுக்குப் பேச ஆரம்பித்தாள்.

“ஏலேய் மச்சக்காளை. உனக்கு நல்லா இல்லை சொல்லிப்புட்டேன்.. ஆமா.. வாங்குன காசுக்கு வட்டிப் போட்டு கட்ட வேண்டிய பணத்தைக் கட்டியாச்சு. நீ போடுற கடப்பாரை வட்டிக்கும், சம்மட்டி வட்டிக்கும் எவளாவது ஏப்ப சாப்பயா வருவா. அவகிட்ட வச்சுக்க. தெருவைக் கூட்டுறவதானே. என்ன பண்ணுவான்னு நெனைச்சுக்கிட்டியா. எங்கிட்ட வச்சுக்கிட்ட ஒன்னோட டங்குவார அத்துருவேன் பாத்துக்க.” அவனை அடிப்பதைப் போல கையை நீட்டி முழக்கி எகிற ஆரம்பித்தாள்.

சின்னுவுக்கு வலியின் வேதனை சிறிதும் இல்லையென்ற மாதிரிதான் தெரிந்தது. அவள் உடம்பு முழுக்க சாமியாடியைப் போல ஆவேசத்தால் அதிர்ந்தது. அவளின் வார்த்தைகளில் தீக்கங்குகள் கொழுந்து விட்டு எரிந்தது. இமைகளை உள்ளிழுத்து கண்பாவை உச்சிக்குப் போய் அவனை அங்கேயே கொன்றுவிடுவது போல் பார்த்த அவளின் கண்களில் ரத்தம் பரவி சிவப்பானது. மூச்சுக்காற்று கொல்லன் உலையிலிருந்து வெளிவரும் அனலாய் கொதித்தது. எப்போது அவளின் ஒரு கையில் அந்தத் தகரமுறத்தை எடுத்தாலோ அவளுக்கு நினைவில்லை. விட்டால், அதை வைத்து அவனின் மூக்கை குப்பையைச் சுரண்டி எடுப்பது போல் சுரண்டி எடுத்து விடுவாள்.

அவள் பேசும்போது நீளும் கையிலிருந்த தகரமுறம் மச்சக்காளையின் முகத்திற்கு முன்பு வந்து வந்து போனது.

“எங்க அப்பன் காலத்துல ஒன்னோட அப்பன் கொடுத்த கடனுக்கு நான் வந்து குடுத்தும் முடியல. கணக்கு வழக்கு என்னன்னு எனக்கு இப்பவே தெரிஞ்சாகணும். எத்தனைத் தலைமுறையானாலும் எங்க கடன் தீரவே தீராதா? ஐயாயிரம் ஓவா கொடுத்துட்டு மொத்த ரத்தத்தையே உறிஞ்சி எடுத்தரலாம்னு ஏண்டா இப்படி காட்டேரி மாதிரி அலையிறீங்க? இவ்வளவு காலமா உறிஞ்சி குடிச்சும் தாகம் அடங்கலையா? எல்லாரையும் போல என்னையும் நினைச்சியா? மகனே வகுந்துருவேன் வகுந்து” சொல்லிவிட்டுக் கையிலிருந்த தகரமுறத்தை நீட்டினாள். அவள் கொண்டிருந்த ஆவேசத்திற்கு அந்தத் தகரமுறத்தாலேயே நிஜமாக வகுந்து விடுவாள் போலிருந்தது.

அவளுடைய ஆவேசத்திற்கும், ஓங்கி ஒலித்த குரலுக்கும் அந்தக் காலை நேரத்திலும் பெரும் கூட்டம் திரள ஆரம்பித்துவிட்டது. சுற்றி வேடிக்கை பார்ப்பவர்கள் அவளை ஒரு மாதிரியாகப் பார்த்தார்கள்.

“கைநீட்டி கடனை வாங்கிட்டு அவ பேசுற திமிர்ப்பேச்சைப் பாரேன். கடன் கொடுத்தவன் வாயைப் பொத்திட்டு இருக்க வேண்டிய நெலைமையாயிருச்சு.” கூட்டத்திலிருந்த ஒருவன் இன்னொருவனிடம் சொன்னான்.

சின்னுவின் சினங்கொண்ட வார்த்தைகள் அவன் வயிற்றில் புளியைக் கரைத்தது. அன்றைக்கு ‘அசலும், வட்டியும் கட்டி முடிச்சாச்சு. இனி அவ்வளவுதான் கணக்கு வழக்கு’ என்று சொல்லி மூவாயிரம் ரூபாயைக் கொடுத்துப் போனாள். அன்று எவ்வளவு தெனாவட்டாக பேசுகிறாள் என்று நினைத்துக் கடுமையாக ஆத்திரப்பட்டான். இன்றைக்கு அவளின் ஆவேசக்குரல் மனதில் பேரச்சத்தை உண்டாக்கியது.

அந்தத் தகரமுறத்தை அவள் பிடித்திருந்த உறுதியும், சுழற்றிய இலாவகமும் அதை வைத்து எந்த நொடியிலும் தன்னைத் தாக்கிடுவாள் என்ற பயத்தோடே புல்லட்டில் உட்கார்ந்திருந்தான். உடல் முழுக்க பதற்றம் தொற்றிக்கொண்டு அவனுக்கு நடுக்கம் எடுக்கத் தொடங்கியது. கைகளும், கால்களும் வண்டியை தாங்கிப் பிடிக்க முடியாமல் நடுக்கத்தில் தடுமாறின. நிலைமை எந்த நேரத்திலும் மோசமாகலாம் என்று அஞ்சிய மச்சக்காளை அச்சரேகை படர்ந்த முகபாவனையை மாற்றிக்கொண்டு ‘காட்டுச் சிறுக்கி’ என கறுவிக்கொண்டே அந்த இடத்திலிருந்து நகர்ந்து வண்டியைச் செலுத்தினான்.

சின்னுவின் பேச்சைக் கேட்ட ராமனுக்கு முதலில் ஆச்சரியமும், அதிர்ச்சியுமாகத்தான் இருந்தது. அவள் கேட்டதில் நூற்றுக்கு நூறு உண்மை இருந்ததாக நம்பினான். அவள் அப்படிக் கேட்டதை முற்றுமுழுதாக ஆமோதித்தான். மச்சக்காளையைப் புரட்டி எடுத்துவிடலாம் என்றுதான் நினைத்தான். அவளை வண்டியை வைத்து இடித்து விழுத்தாட்டியதைப் பார்த்ததும் சிறிதும் பொறுக்க முடியவில்லை. அவனின் உடல் பரபரவென்று

இருந்தது. சின்னுவின் வசை அவனின் பரம்பரைக்கும் போதுமானதாக இருந்ததாக நினைத்து விட்டுவிட்டான். இன்னொரு முறை எவனாவது சிக்கட்டும் என்றும் எண்ணிக்கொண்டான்.

விளக்குத்தூண் பக்கம் போனாலே அந்தக் காலைநேரத்து நினைவுகள்தான் வந்து போகும். வழிவிட்டானையும் என்றைக்காவது ஒருநாள் போட்டுத் தாக்கிட வேண்டுமென்று அவ்வப்போது மனதில் நினைத்துக்கொள்வான். வயது பாராமல் அவன் தூற்றும் போதெல்லாம் துடிப்பான். நாளுக்குநாள் வழிவிட்டானின் அழிச்சாட்டியத்திற்கு வரைமுறை இல்லாமல் போய்விட்டது. வாங்கிய கடன் தொகையை வட்டியோடு கட்டிவிட்டாலும் இவர்களின் கணக்குகளில் மட்டும் குறையவே மாட்டேன் என்பது பெருங்கோபத்தைத் தூண்டியது. இதில் நாளுக்கொரு முறை, மணிக்கொரு முறை, நிமிடத்திற்கொரு முறை மீட்டர் வட்டி, ரன் வட்டி, மின்னல் வட்டி என்று ஒரு விஞ் ஞானியைப்போல புதிது புதிதாக வட்டிமுறைகளைக் கண்டுபிடித்து வந்தான். கந்துவட்டிக்காரர்கள் மத்தியில் அதைக் கண்டுபிடித்த கர்வத்தோடும், பெருமையோடும் வலம் வந்தான்.

வாழ வழியே விடாத ஈவிரக்கமற்ற கந்துவட்டிக்காரனுக்கு 'வழிவிட்டான்' என எவன் பெயர் வைத்தது என்பது அவனுக்குள் பல முறை எழுந்த கேள்வி. சம்பளநாளில் வட்டியை எடுத்துக்கொண்டு மீதிப் பணத்தைத் தராமல் வட்டியை ஏற்றிவிடுவான் என்ற பயமும், வீட்டில் உலை வைக்கக் கூட பணம் இல்லை என்ற கவலையும் சேர்ந்துதான் வழிவிட்டானைத் தேடி ஓடிக்கொண்டிருந்தான். சீக்கிரம் அவனைக் கண்டுபிடித்து விடவேண்டுமென்ற தவிப்பு மனதில் அதிகமானது.

வைகையாற்றுத் தரைப்பாலத்தில் கடும் அழுத்தத்தோடு பெடலை மிதித்து வேகத்தின் உச்சத்திற்குப் போகும்போது ராமனின் பின்னங்கால்களின் தசைகள் நடுங்க ஆரம்பித்துவிட்டது. ஏற்றம் வந்து வியர்வை சொட்ட ஆரம்பித்தது. வேகமான ஓட்டத்தில் வைகை ஆற்றுப் பரப்பின் பரந்த மணல்வெளியிலிருந்து வீசிய குளிர்ந்த காற்று வருடிக் கொடுத்தது. ஆற்றுப்பரப்பைத் தாண்டியதும் வீசிய குளிர்ந்த காற்று மாறி வெய்யிலின் வெம்மை மறுபடியும் உடலெங்கும் ஏறியது. பாலத்தின் சமதளம் முடிந்து ஏற்றமாயிருந்தது சாலை. மூச்சு முட்ட முட்ட சைக்கிளை மிதித்தான். உள்ளங்கால்களும், பாதங்களும் கூட வலியெடுக்க ஆரம்பித்தது. ஏற்றத்தையடுத்து இறக்கமான சாலை வந்தது. எந்தவித அழுத்தமும் தராமல் சைக்கிள் ஓடிக்கொண்டிருந்தது. வேகம் குறைவதாக நினைத்து வேகத்தைக் கூட்ட பெடலை மிதித்தான். சடாரென முழங்காலுக்குக் கீழுள்ள எலும்பில் அடித்து இரத்தக்காயமாகியது. 'கிண்'ணென்று வலிக்க ஆரம்பித்தது. சிலநொடிகளில், வலியோடு எரிச்சலும் சேர்ந்துகொண்டது. சைக்கிளின் வேகம் குறைந்தது. 'டக்' 'டக்' என்ற சத்தம் வந்ததையடுத்து கீழே பார்த்தான். சைக்கிள் செயின் பற்சக்கரத்திலிருந்து அவிழ்ந்து தொங்கிக்கொண்டிருந்தது. பிரேக் பிடித்து இறங்கி சாலையோரத்தில்

சைக்கிளின் ஸ்டாண்டைக் கீழிறக்கக் காலை மடக்கியபோது ரணத்தின் எரிச்சலும் வலியும் கூடியது.

கீழே குனிந்து காயத்தைப் பார்த்தான். அக்கம் பக்கம் சுற்றிப் பார்த்தான். அருகில் கிடந்த பழைய காகிதத்தில் ஒரு துண்டைக் கிழித்து இரத்தத்தைத் துடைத்தான். எச்சிலைக் கையில் துப்பி காயத்தின் மீது தடவினான். அதன்மேல் காகிதத்திலிருந்து இன்னொரு துண்டைக் கிழித்து அழுத்தி ஒட்டினான். சுறுசுறுவென்று எரிச்சலூட்டியது. திரும்பி கழன்றிருந்த சைக்கிள் செயினைக் கூர்ந்து கவனித்தான். உச்சி வெயிலின் சூட்டில் வேகம் வேகமாக சைக்கிளை மிதித்த உடல் அலுப்பும், காயத்தின் எரிச்சலும் சேர்ந்து சிலநொடிகள் தலை சுற்றியது. இரண்டு மூன்று முறை மூச்சை இழுத்து விட்டுக்கொண்டான். குத்தவைத்து உட்கார்ந்து உடலை சமன்படுத்திக் கொண்டான். சைக்கிளின் முன்பக்கமுள்ள பற்சக்கரத்திலிருந்த செயினை முழுவதுமாக அவிழ்த்தான். பின்பக்கமுள்ள சின்னப் பற்சக்கரத்தில் செயினை மாட்டிவிட்டான். பிறகு முன்சக்கரத்தின் மேல்பாகத்தில் செயினை மாட்டிவிட்டு பெடலை அழுத்தியதும் பின்சக்கரம் தடையின்றிச் சுழல ஆரம்பித்தது.

சைக்கிள் செயினை மாட்டியதால் கைகள் இரண்டும் களிம்புக் கறையாகிக் கறுப்பாக அழுக்கேறியிருந்தன. காகிதத்துண்டில் கைகளைத் துடைத்துக்கொண்டான். பிசுபிசுப்புப் போக மறுத்தது. சாலையில் கிடந்த மண்ணையெடுத்து இருகைகளிலும் பிசுபிசுப்புக் குறையும் வரை தேய்த்துக்கொண்டான். இரண்டு கைகளையும் தட்டியதில் தூசி பறந்தது. காக்கிச் சட்டையின் ஓரத்தில் கைகளைத் துடைத்துக்கொண்டான். நிமிர்ந்து எழுந்து சைக்கிளின் ஸ்டாண்டைப் பின்னுக்கு எடுத்துவிட்டு சைக்கிளை நகர்த்தினான். அனைத்தையும் இவ்வளவு மெதுவாகச் செய்துகொண்டிருக்கிறோம் என்று அப்போதுதான் புத்திக்கு உரைத்தது. இவ்வளவு நேரம் அழுத்தி மிதித்துக் காட்டிய வேகமும், வழிவிட்டான் வீட்டில் இல்லாத ஏமாற்றமும், வெய்யிலில் ஏற்பட்ட உடல் சோர்வும், காயத்தின் வலியும், சைக்கிளின் ஒத்துழையாமையும் இப்போது வரையிலும் தீவிரமாகவும் வேகமாகவும் இயங்கியதை மறக்கடிக்கச் செய்துவிட்டது.

ராமன் பெறப்போகும் மாதச்சம்பளம் வட்டித்தொகை போக சொற்பமேயெனினும் அதுதான் சுப்பம்மாளையும், ஐந்து குழந்தைகளையும் அடுத்த ஒரு மாதத்திற்கு பட்டினியிலிருந்து தப்பித்துக்கொள்ள உதவும். இந்தச் சொற்பத்தைப் பெற மாத இறுதிநாளில் மனமும், உடலும் அடையும் பதற்றமும், வேதனையும், பரபரப்பும், சஞ்சலமும் மற்ற முப்பது நாட்களில் பணியிடங்களில் படும் துயரங்களைவிடப் பெரிதாக இருந்தது. முப்பதுநாள் கடின உழைப்பில் வரவேண்டிய சோர்வும், அலுப்பும், உடல் நலிவும், மன அழுத்தமும் மாத இறுதியில் ஒட்டுமொத்தமாய் ஒரேநாளில் வந்துவிடுகிறது.

சரியான நேரத்தில் வழிவிட்டானைப் பிடித்துவிட வேண்டும். பேங்கிலிருந்து எடுத்த பணத்தில் அவன் தனக்குத் தரும் பங்கைக் கையில் வாங்கும் நொடி வரையிலும் மனம் ஒரு யுத்தத்தையே கண்டுவிடுகிறது. மாதத்தில் ஒவ்வொரு நாளும் அனுபவிக்கும் பணித்துன்பம் இறுதிநாளின் யுத்தத்தின் துயரத்தை எதிர்கொள்வதற்கான ஒத்திகை போலத்தான் தோன்றுகிறது.

எப்படியாவது இன்றே பணத்தைப் பெற்றுவிட வேண்டுமென்ற உத்வேகத்தோடு சைக்கிளை வேகமாக ஓட்டிக்கொண்டிருந்தான். பேங்கை அடைவதற்கு சற்று தூரம் முன்னதாகவே சாலையோரத்தில் தென்பட்ட கூட்டத்தில் காக்கிச்சட்டைக்காரர்கள் பலர் குழுமியிருந்தனர். கூட்டத்தில் முன்பின் பார்த்திராத போலீசும், தனக்கு நன்கு அறிமுகமான சில மாநகராட்சி துப்புரவுப் பணியாளர்களும் கலந்திருந்தனர். காவல்துறையினர் முகங்களில் கடுமையும், கோபமும் குடிகொண்டிருந்தது. இரண்டு போலீஸ்காரர்கள் வாகனங்களைக் குச்சியால் அடித்துக்கொண்டும், குழுமி நின்றிருந்தவர்களை விரட்டிக் கொண்டும் வாகன நெரிசலை சரிசெய்துகொண்டிருந்தனர். ஒரு போலீஸ் அதிகாரி முருகன் என்னும் சக துப்புரவுத் தொழிலாளியை ஏதோ விசாரித்துக்கொண்டிருப்பது போல ராமனுக்குத் தெரிந்தது. பக்கத்தில் அரண்டு போன முகத்துடன் அப்பாவிகளாய் பயத்துடனும், நடுக்கத்துடனும் ராமனுடன் பணி செய்யும் மாநகராட்சிப் பணியாளர்களில் சிலர் அந்தப் போலீஸ் அதிகாரிக்கு ஏதோ பதிலளித்துக்கொண்டிருந்தனர்.

ராமன் வயிற்றில் கலக்கம் உண்டாகி காரணமில்லாமல் மனதில் அச்சம் உண்டானது. சைக்கிளின் வேகம் தானாகக் குறைந்தது. சைக்கிளைவிட்டு இறங்காமலேயே ராமன் கூட்டத்தை அடைந்து ஒரு காலை பெடலில் வைத்துக்கொண்டு இடது காலைத் தரையில் ஊன்றி எட்டிப் பார்த்தான். ராமன் என்ன நடந்தது என்பதைப் போல கூட்டத்திற்குள் நோட்டம்விட்டான். உடன் பணிசெய்யும் சிலர் அவனைப் பார்த்து முகத்தைத் திருப்பிக்கொண்டனர். சலனமேயில்லாமல் சிறிது தூரம் சென்று கூட்டமாகக் கூடி நின்று அவர்களுக்குள்ளாக பேசிக்கொண்டனர். வாகனப் போக்குவரத்தைச் சரிசெய்துகொண்டிருந்த போலீஸ்காரர் காக்கிச்சட்டையையும், காக்கிடவுசர் தெரியக் கட்டியிருந்த வேட்டியையும் பார்த்த மாத்திரத்திலேயே “நீயும் கார்பரேசன்லதான் வேலை பாக்குறியா?” என்று கேட்டார். “ஆமாங்க ஐயா.” பவ்யமாகப் பதிலளித்தான் ராமன்.

“நீ இந்தப் பக்கமா உள்ளுக்குள்ள வா. சைக்கிள அங்கிட்டு ஓரத்துல நிப்பாட்டு.” லத்தியை நீட்டிக் காட்டி போலீஸ்காரர் சொன்னதும் சைக்கிளை ஓரமாக நிறுத்துவதற்காக அவர்களைத் தாண்டி மெதுவாக நகர்த்தினான். ஏதுமறியாத குழப்பத்தோடு மெதுவாகத் திரும்பினான். நெஞ்சு பகீரென்றது. வயிற்றில் ஏதோ உருண்டையாக வந்து கூசியது. உடல் நடுங்குவது கைவிரல்களின் ஆட்டத்தில் அப்பட்டமாகத் தெரிந்தது. வழிவிட்டான் சாலையில் இரத்தம் வழிந்தோட இறந்து கிடந்தான்.

விபத்தில் அடிபட்டது மாதிரி தெரியவில்லை. உடல் முழுக்க இருக்கும் காயங்களைப் பார்த்தால் ஏதோ விபரீதம் நடந்துள்ளதென்று உணர்ந்தான். இறந்த உடலைப் பார்க்க ஒவ்வாமல் கண்களைச் சட்டென பிணமாகக் கிடந்த உடலிலிருந்து திருப்பிக்கொண்டான்.

'பணம் கொடுக்க வேண்டியவன் பாடையில் போய்விட்டான்' என்பதைச் சொல்லி சுப்பம்மாளையும், குழந்தைகளையும் சமாதானப்படுத்திவிட முடியுமா என்பதுதான் இப்போதைக்கு அவனின் வேதனையாக இருந்தது. பக்கத்திலிருந்த அண்ணன் மகன் குப்பன் ராமனின் காதோரத்தில் "கந்துவட்டிக் கொடுமையக் கண்டிச்சு யாரோ ஒரு குரூப்பு கொலை செஞ்சுட்டாய்ங்களாம்" என கிசுகிசுத்தான். ராமனின் கண்கள் மறுபடியும் ஏதோவொன்றைப் பார்த்து உறுதிப்படுத்திக்கொள்ளும் விதமாய் பிணமான உடலை நோக்கித் திரும்பியது. ஓரத்தில் கிழிந்திருந்த நீலநிற அட்டை தன்னுடைய பேங்க் பாஸ்புக்தான் என்பதை உறுதிப்படுத்திக்கொண்டான். பாஸ்புக் வழியாக இவர்களின் ரத்தத்தை உறிஞ்சிய வழிவிட்டானின் ரத்தத்தை ராமனின் பாஸ்புக் உறிஞ்சிக் குடித்துக்கொண்டிருப்பது போல் அவனுக்குத் தெரிந்தது.

செம்மலர் (அக்டோபர், 2017)

முச்சந்தியில்...

மூன்று முக்கிய சாலைகள் சேரும் சந்திப்பில் எப்போதும் வாகனங்கள் எழுப்பும் ஒலி கேட்டுக்கொண்டே இருக்கும். கரும்புகை படர்ந்து இருக்கும் அந்த முச்சந்தியில் தெற்குத்திசையில் இருந்து மேற்கு திசைக்கு வாகனங்கள் திரும்பும் திருப்பத்தில் மூன்றடி அகலத்தில் ஐந்தடி சாலையிலிருந்து உள்ளே அடங்கி இருந்தது அவரின் கடை. ஒழுங்கில்லாத சிறு தென்னங்கீற்று தட்டி வைத்துக் கடை போல இருந்ததைக் காட்டி, "அந்தா... அங்க இருக்காரு பாருங்க. அவர்தான் 'பூசாரி' முனியப்பன்" என்று அவரை அடையாளம் சொல்லிவிடுவார்கள். அக்கம் பக்கத்துக் கடைக்காரர்களுக்கும், நடைபாதை வியாபாரிகளுக்கும், அந்தப் பகுதியில் இருக்கும் எல்லாருக்கும் அறிமுகமானவர் முனியப்பன். அந்த முச்சந்தியிலிருந்து பிரியும் ஆறு சாலைகளிலும் இன்று ஏராளமான கடைகள் வந்து பெரும் நகரத்திற்கான களையைக் கொடுத்திருந்தது. நகரின் பிரதான சந்திப்பின் அனைத்துத் திசைகளிலும் முளைத்துள்ள பெரும்பாலான கடைகள் வருவதற்கு முன்பே தொழிலைத் தொடங்கியவர் 'பூசாரி' முனியப்பன்.

தூரத்தில் இருந்து பார்க்கும்போதே அந்தத் தென்னங்கூரை நிழலின் கீழ் கருப்பும், மஞ்சளும், காவிச்சிவப்பு நிறமும் கொண்ட ஒரு மெலிந்த உருவம் மங்கலாகத் தெரியும். பக்கத்தில் போனால் காவிச்சிவப்பில் வேட்டி அணிந்து குற்றாலத் துண்டு ஒன்றைத் தோளில் தொங்க விட்டுக்கொண்டு மேல்சட்டை போடாமல் கறுப்பு சிலை போல உட்கார்ந்திருப்பார் 'பூசாரி' முனியப்பன். நெற்றியில் மூன்று விரல்களின் அச்சு தெரியும்

விதமாக நீண்ட அகலமான 'பட்டை'யாகத் திருநீறைப் பூசியிருப்பார். அவை நெற்றியின் சுருக்கக் கோடுகள் இல்லை. நடுவில் வைத்திருக்கும் குங்குமப் பொட்டின் சிவப்பு நிறம் அவ்வளவாகத் தெரியாது. திருநீற்றின் வெள்ளை நிறத்தோடு கலந்து இயல்பான சிவப்பு நிறத்தின் அடர்த்தியை இழந்திருக்கும் குங்குமப்பொட்டு.

எப்போதும் காவி வேட்டியும், மேல்துண்டும், நெற்றியின் நடுவில் வட்டக் குங்குமமும், திருநீற்றுப் பட்டையுமாகக் காட்சியளிக்கும் இவருக்கு 'முனியப்பன்' என்ற பெயர் வைத்த பிறகு இருபத்தி நான்கு மணிநேர பக்தி ஈடுபாட்டால் 'பூசாரி' வந்து இவரின் பெயரோடு ஒட்டிக்கொண்டது. இவர்தான் அவர்களின் சேரியில் இருக்கும் காளி கோயிலுக்குப் பூசாரி. உற்சவ விழாவின்போது சாமியைத் தன் தலைமேல் வைத்துத் தூக்கிச் செல்லும் உரிமை கொண்டவர். காவடி தூக்குவார்.

பால்குடம் எடுப்பார். தீச்சட்டி ஏந்துவார். விரதமிருந்து பூக்குழி இறங்கி தீமிதிப்பார். இவர்களின் குல தெய்வத்திற்கும் தானே பூசாரியாக நின்று எல்லா பூசையையும் செய்வார் என்பதால் அவரின் குடும்பத்தினரும், சுற்றத்தாரும்கூட "பூசாரி ஐயா... பூசாரி ஐயா..." என்றே அழைத்தனர். ஒவ்வொரு பூசையின்போதும் பயபக்தியோடு அவரின் காலைத்தொட்டு வணங்குவார்கள். ஆனால், பிறரின் காலைத் தொட்டு செய்யக்கூடிய தொழிலே 'பூசாரி' முனியப்பனுக்கு வாய்த்திருந்தது. முரண்கள் நிறைந்ததுதானே மனித வாழ்க்கை!

பட்டையாகப் பூசப்பட்ட திருநீறும், குங்குமமும் பிசகாமல் காவிவேட்டி அணிந்துகொண்டே பாருக்குள் சென்று ஒரு குவார்ட்டரையும், எலுமிச்சை ஊறுகாயையும் வாங்கி இரண்டே ரவுண்டுக்குள் முடித்துவிட்டு அமைதியாகத் திரும்பும் மனிதர். 'பூசாரி' முனியப்பனுக்கு பஞ்சு வைத்த சிகரெட்டு அறவே பிடிக்காது. 'இழுத்தா பீடி கணக்கா புகை நேரா நெஞ்சுக்குள்ள எறங்கணும். எப்படித்தான் இந்த கருமங்கெட்ட பஞ்சை வைச்சு இழுக்குறாய்ங்களோ!' என்று சிகரெட்டுப் பிடிப்பவர்களை ஆச்சரியத்தோடும் ஏளனத்தோடும் பார்ப்பார்.

எப்போதும் பக்திப்பழமாகக் காட்சியளிக்கும் 'பூசாரி' முனியப்பன் குடித்திருக்கும் நேரங்களில்கூட எந்த வித்தியாசமும் இல்லாமல் அதே மாதிரி இருப்பார். அவர் குடித்திருப்பதை யாராலும் கண்டுபிடிக்க முடியாது என்ற அளவிலான முகத்தோற்றம். ஆடை அணிகலன்களும், பிளாஸ்டிக், ஸ்படிக, ருத்திராட்ச மாலைகளுமாக சாமியாருக்கான லட்சணங்கள் கச்சிதமாக இருக்கும். குடித்துவிட்டு சலம்பல் பண்ணுகிற சராசரி குடிகாரர் இல்லை. விரத காலங்களில் கையில் காப்புக் கட்டியிருக்கும் நேரங்களில் பார் பக்கம் தலை வைத்துக்கூட படுக்க மாட்டார். சிகரெட் பிடிப்பதும் நின்று விடும். நோன்பு முடிந்த மறுநாளிலிருந்து உற்சாகமாக மீண்டும் ஒரு குவார்ட்டரும், எலுமிச்சை ஊறுகாயும், சிகரெட்டும் எரிச்சலோடு நெஞ்சுக்குள் உருண்டு ஓடும்.

வெள்ளைரோமங்கள் தலையில் குறைவாகவும், கை, கால், நெஞ்சு, முதுகு என உடலெங்கும் அடர்ந்து வளர்ந்திருந்தன. இடதுகாலை உள்மடக்கி வலதுகாலைக் குத்த வைத்து உட்கார்ந்து செருப்பைப் பழுது பார்க்கும் இரும்புக் கம்பியை இடது தொடைக்கு முட்டுக்கொடுத்து பழுதான செருப்பைச் சரிசெய்துகொண்டிருந்தார். வலது கையிலிருந்த கட்டை ஊசியால் செருப்பின் மேற்பாகத்தில் மெழுகால் தேய்க்கப்பட்ட தடிமனான வெள்ளை நூலைக்குத்தி உள்ளே தள்ளி செருப்பின் அடிப்பாகத்தின் வழியாக இடதுகையில் வெளியில் இழுத்துவிட்டார். மீண்டும் கட்டை ஊசியை மேற்பாகத்தில் குத்தி அடியில் நிறுத்தி அதன் நுனியிலிருந்த சின்ன வளைவில் கீழிருந்த நூலை மாட்டி மீண்டும் அடிப்பக்கத்திலிருந்து மேற்பாகத்திற்கு இழுத்தார். இவ்வாறே அடிக்குத் தள்ளி, அடியிலிருந்து மேலே இழுத்துத் தையல் போட்டார். தையல் முடிந்ததும் சுத்தியால் தைத்த பகுதி முழுவதையும் அடித்து சரிப்படுத்தினார். தைக்கப்பட்ட பகுதி உப்பிப்போய் மேலே தெரியக் கூடாது. காலில் போட்டு நடக்கும்போது அழுத்தக் கூடாது. போடப்படுகிற தையல் நேர்த்தியாக நேர்வரிசையில் வந்தால்தான் நல்ல தொழில்காரன். தைத்து அடித்துக் கையிலெடுத்து செருப்பை இரண்டு கைகளிலும் ஏந்தி மேலும், கீழும், பக்கவாட்டிலும் பார்ப்பார்.

குனிந்தே செய்து முடித்த வேலையால் சுரந்த வியர்வை ஆறாய் பெருக்கெடுத்துத் திரண்டு வழிந்து கைகளில் ஏந்தியிருந்த செருப்பில் ஒரு பெரும் துளி விழுந்தது. கீழிருந்த கந்தல் துணியை எடுத்துத் துடைத்தார். அப்போதுதான் பிசுபிசுப்பை உணர்ந்தார். உடலெங்கும் வியர்வை ஆறாய் பெருக்கெடுத்து உடல் அசைவுக்கேற்ப வளைந்து நெளிந்து ரோமங்களில் ஓடி ஒளிந்தது. வலது நெஞ்சில் குத்தியிருந்த பச்சைமீது ஒட்டியிருந்த ஈரத்தைத் துடைத்த பிறகு சிறிய அளவில் புடைத்திருந்த சீறும் புலியின் முகம் தெளிவாகத் தெரிந்தது. வியர்வையால் நனைந்த கறுத்த மேனியும், நரை எய்திய ரோமங்களும் வெய்யிலில் மின்னும்.

வழக்கமான கசகசப்பு. தோளில் கிடந்த குற்றாலத்துண்டை எடுத்து முகத்தை வழித்துத் துடைத்து நெஞ்சில் ஒற்றி எடுத்தார். கைகளை நீட்டித் துடைத்துவிட்டு முதுகுக்குப் பின்னால் துண்டைப் போட்டு இடதுகையில் கீழ் முனையைப் பிடித்து மேலும் கீழும் இழுத்துத் துடைத்தார். மூக்கின் துவாரங்களில் புகைச்சாம்பலைப் போல மெலிதாக அப்பியிருந்ததைத் துடைத்துக்கொண்டு எழுந்துபோய் ஓரத்தில் மூக்கைச் சிந்தினார். துண்டை உதறி மறுபடியும் தோளில் போட்டுக்கொண்டார். உதறித் தோளில் போடும்போதே அந்தத் துண்டுக்கும், அழுக்கேறிய கந்தல் துணிக்கும் வித்தியாசம் எதுவுமில்லாததைக் கண்டு பெரிதாக அலட்டிக்கொள்ளவில்லை. மரங்கள் குறைந்த அந்தச் சாலையில் சுள்ளென்று அடிக்கிற கத்திரி வெய்யிலில் அவ்வட்டாரமே கனன்றுகொண்டிருந்தது. தென்னங்கீற்றுத் தட்டி வேய்ந்து பல வருசங்கள் கழிந்திருந்தது. இத்துப்போன அந்தக்

கூரையிலிருந்த ஏகப்பட்ட ஓட்டைகளின் வழியாக ஒழுகிய வெய்யில் சுள்ளென்று முதுகைச் சுட்டுக்கொண்டே இருக்கும். சூடேறி உரைக்கும்போது மட்டும் தேய்த்து விட்டுக்கொண்டு அங்குமிங்கும் கொஞ்சம் நகர்ந்து கொள்வார்.

மாநகராட்சியிலிருந்து முறையான அனுமதி பெற்று நீலநிற தகரப்பெட்டியை வாங்கிவிட்டால் தன்னை வதைக்கும் எல்லாப் பிரச்சினைகளும் தீர்ந்துவிடுமென்ற நினைப்பில் இருந்தார். சில வருடங்களுக்கு முன்பு உண்டான கனவுதான் என்றாலும் அதுதான் வாழ்க்கை லட்சியம் என்பதில் திடமாக இருந்தார். தனக்காகச் சொந்தமாய் ஒரு கூடு. தனக்கெனத் தனி வியாபாரம். அந்தக் கணத்தில் அவர் கண்டு வந்த கனவு அதுதான். அதற்காகத்தான் இத்தனைக் கஷ்டத்தையும் தாங்கிக்கொள்கிறோம் என்ற நினைப்பே அவரின் உடல் சோர்வைப் போக்கக்கூடிய அருமருந்தாக இருந்தது.

அவரின் பாட்டன், முப்பாட்டன்கள் தோலைக் கொண்டு எந்தப் பொருளையும் செய்து விடும் வல்லமை கொண்டவர்கள். அவரின் முன்னோர்கள் செய்து கொடுத்த கமலைகளைக்கொண்டே அந்தக் காலத்தில் கிராமங்களில் குடியானவர்கள் ஏரிப்பாசனம் செய்தார்கள். போர்ப்படைகளின் வாளுறைகள், போர்வீரர்களின் தோலாடைகள், குதிரைகளுக்கு அணியப்படும் தோல்பொருட்கள் அனைத்தையும் கைவேலைப்பாட்டால் செய்த திறமையான வேலைக்காரர்கள். பகடைகளின் கதையை சிலாகித்துச் சொல்வார் அவரின் அய்யா. அந்தக் கதைகளைக் கேட்கும்போது உள்ளம் பூரிப்பில் துள்ளும். பால்யத்தில் அவரின் அய்யா சொல்லிய கதைகள் முனியப்பன் நினைவுக்கு அவ்வப்போது வந்து போகும். அவரின் அய்யா சொன்னவை கடையில் செருப்பின் வாரை அறுக்கும்போது மனக்கண்ணில் காட்சியாய் மலர்ந்து மறையும். இந்தக் கதைகளைக் கேட்டதும் மனதில் பொங்கும் பெருமிதம் செருப்புவாரைப் பிடித்துக்கொண்டு வீதியில் கிடக்கிறோம் என்னும் சுயநினைவுக்குத் திரும்பியதும் குன்றிக் கரைந்து காணாமல் போகும்.

முன்னோர்களின் அருமை பெருமைகளை ஒரே வாரிசான அவரின் மகனுக்கும் முனியப்பன் சொல்லியிருக்கிறார். அந்தப் பழம்பெருமையை தலைமுறை தலைமுறையாகத் தொடரவேண்டும் என்று சொன்னபோது, "ஒன்னைய மாதிரி வீதியில உட்காந்துகிட்டு போறவன், வர்றவன அண்ணாந்துப் பாத்து வாழ்க்க நடத்த மாட்டேன்" என்று சுருக்கென்று சொல்லிவிட்டான். 'இளந்தாரி இப்போ இப்படித்தான் பேசுவான்.' தனக்குத்தானே பதில் சொல்லித் தேற்றிக்கொண்டார். 'இந்தத் தொழிலை விட்டால் இவன் என்ன செய்து பிழைப்பான்?' என்று அவனை இளக்காரமாய் பார்த்தார். 'வீதியில் உட்கார்ந்து செய்தாலும் சோறுபோடும் தொழில். அதை இழிவு, அவமானம் என்பது எவ்வளவு ராங்கித்தனம்.' அவருக்குக் கோபம் வந்தது. 'மாநகராட்சியில் அனுமதி வாங்கி பெட்டிக்கடையாக வைத்துக்கொண்டால் ஒரு கவுரவம் இருக்கும். மகனும் பிடிவாதத்தைத்

தளர்த்திக்கொண்டு தனக்குப் பின்னால் இந்தத் தொழிலைத் தொடருவான்' என்பது அவரின் கணிப்பு. இனி இதுதான் வாழ்வின் லட்சியம் எனவும் வகுத்துக்கொண்டார். இலட்சியத்தை எப்படியாவது அடைந்துவிட வேண்டுமென்ற வைராக்கியம் நாளாக நாளாக அதிகமாகியது.

இதற்காக அவர் இருவரை நம்பியிருந்தார். இருவரிடமும் நல்ல நட்பு பாராட்டி வந்தார். ஒருவர் மாநகராட்சியில் பணிசெய்யும் அதிகாரி. புதிதாக வாங்கிய அதிகாரியின் தோல்செருப்பு ஒன்று பிய்ந்து தொங்கியது. அதை தைத்துக் கொடுத்த வேலைத்திறனைப் பாராட்டிய மாநகராட்சி அதிகாரி முனியப்பனிடம் சிரித்துப் பேசினார். அதிலிருந்து முனியப்பனைப் பார்க்கும் போதெல்லாம் ஒரு புன்சிரிப்பை வீசிவிட்டுச் செல்வார். ஒருநாள் அதிகாரியின் பையன் அவர்கள் வீட்டிலிருந்த பிய்ந்துபோன சில செருப்புகளை எடுத்து வந்து தைத்துக்கொண்டதோடு, சில செருப்புகளுக்குத் தேய்ந்துபோன அடிப்பாகத்தை நீக்கிவிட்டுப் புதிய, தரமான அடிப்பாகத்தை செய்து தந்து அனுப்பினார். அவருடைய பரிந்துரையால் ஆறேழு மாநகராட்சி அதிகாரிகளும் உருப்படிகளைக் கொடுத்து அனுப்பினார்கள்.

அந்த அதிகாரி முனியப்பன் உட்கார்ந்திருக்கும் இடத்திற்குப் பக்கத்திலிருக்கும் ஓட்டலுக்கு சாப்பிட வந்த சமயம் வழியில் சென்ற வண்டி இடித்துக் காயமானது. முனியப்பன்தான் அவரை ஆஸ்பத்திரியில் சேர்த்துவிட்டு அதிகாரியின் அலுவலகத்திற்கும், வீட்டிற்கும் தகவல் சொல்லி அனுப்பினார். அவரின்மீது மிகுந்த மதிப்பு வைத்திருக்கும் அதிகாரியை வைத்து எப்படியாவது அனுமதி வாங்கி விடலாமென்ற நம்பிக்கை அதற்குப் பிறகே முனியப்பன் மனதில் அழுத்தமாக உண்டானது.

இன்னொருவர் அந்தப் பகுதி போக்குவரத்துக் காவல்காரர். 'டிராஃபிக்' ஏட்டய்யா... அங்கிருப்பவர்கள் அவரை அப்படித்தான் அழைப்பார்கள். கான்ஸ்டபிளாக இருந்தவர் சில மாதங்களுக்கு முன்புதான் பதவி உயர்வு பெற்று ஏட்டையா ஆனார். பதவி உயர்வு அடைந்து ஏட்டையாவான நாள்முதல் மூன்று மாதங்கள் வரைக்கும் பெரிய பதவிக்கு வந்து கூடுதல் அதிகாரத்தைப் பெற்றுவிட்டதைப் போன்ற தோரணையில் பெரும் கெடுபிடி காட்டினார். பதவி உயர்வு கிடைத்ததும் சட்டம் ஒழுங்குப் பிரிவிலிருந்து போக்குவரத்துப் பிரிவுக்கு மாற்றலாகி இங்கு வந்தார். இந்தப் பகுதி வியாபாரிகளிடமும், வாகன ஓட்டிகளிடமும் வந்த சில மாதங்களில் கடுமையாக நடந்துகொண்டார்.

அவரின் பார்வையில் படாதவாறு தானுண்டு தன் வேலை உண்டு என இருந்த முனியப்பனிடம் மாத்திரம் மென்மையாக நடந்துகொண்டார். முனியப்பன் தோற்றப்பொலிவு அப்படி. கடை கேட்டு விண்ணப்பிக்கும்போது அனுமதி தருவதற்கு மாநகராட்சி முன்வந்தாலும் ஏட்டையா எதிர்ப்பு தெரிவித்தால் அது எட்டாக்கனியாகி விடும் என்பதால் முனியப்பனுக்கு ஏட்டையாவையும் கைக்குள் போட்டுக்கொள்ள வேண்டிய கட்டாயம்.

வீரபாண்டியன் ● 27

கட்டாயத்தின் பேரில் ஆரம்பித்த அவருடனான உறவு நாளடைவில் அவருக்குத் தண்ணீர் மொண்டு வந்து தருவது, யாருமில்லாத நேரத்தில் பேச்சுத் துணையாக இருப்பது என்று வலுவானது. அவரைப் பழிதீர்க்க வேண்டுமென்றே அவருடன் பணிசெய்யும் சில போலீஸ்காரர்கள் சேர்ந்து அவருக்குப் பதவி உயர்வு வருவதைத் தடுத்ததால் காலதாமதமாகி எஸ்.ஐ ஆகும் வாய்ப்பு பறிபோய் விட்டதாக அடிக்கடி புலம்புவார் ஏட்டையா. 'புலம்புவதைக் கேட்கத்தான் நான் பிறந்திருக்கிறேன்' என்பதைப் போல 'ஊம்' கொட்டிக்கொண்டிருப்பார் முனியப்பன்.

அவர்கள் இருவரிடமும் 'பூசாரி' முனியப்பன் கொண்டிருக்கும் நட்பு அவருக்காக எதுவும் செய்வார்கள் என்று உறுதியாகச் சொல்ல முடியாத நட்பு. ஒருதலைக் காதல் போல ஒருதலை நட்பு. அனுமதி வாங்க வேண்டும் என்பதற்காக அவர்களிடம் நட்பு கொள்ளவில்லை. அவர்களிடம் நட்பு வளர்ந்த பிறகுதான் அனுமதி பெறலாம் என்ற யோசனை முனியப்பன் மனதுக்குள் எழுந்தது. இத்தனை வருடங்களாக தெருவில் நடத்திய பிழைப்பைக் கடைவைத்து நடத்தலாம் என்னும் நினைப்பு அவருக்குள் திடீரென உதித்தது.

"யோ...வ்..... பூ...சாரி...." கத்தி அழைத்தார் ஏட்டையா.

"என்னங்கய்யா...?" முனியப்பன் பதிலுக்குக் கேட்டார். இன்னொரு போலீஸ்காரரும் அங்கு வந்து நின்றதை முனியப்பன் கவனித்தார்.

"எஸ்.ஐ வந்துருக்காரு. ஓடிப்போய் சக்கரைக் கம்மியா ஒரு டீ வாங்கிட்டு வா." முனியப்பனைப் பக்கத்தில் இருக்கும் டீக்கடைக்கு அனுப்பினார் ஏட்டையா. அவர் சொன்னதும் கையிலிருந்த சாமான்களை அங்கங்கே போட்டுவிட்டு ஒரு சிறுவனைப் போல எழுந்து ஓடினார் முனியப்பன்.

"இந்தங்கய்யா..." எஸ்.ஐ.யிடம் கிளாஸை நீட்டினார். எஸ்.ஐ கிளாஸை வாங்கி டீயை உறிஞ்சிக் குடித்தார். கடைக்காரன் உயரத் தூக்கிப் பால் ஊற்றும் சத்தமும் எஸ்.ஐ. உறிஞ்சும் சத்தமும் முனியப்பனுக்கு ஒரே மாதிரி இருப்பதாகப் பட்டது. உறிஞ்சு குடித்தபோது கிளாஸின் மேலேயிருந்த நுரை மீசை ரோமங்களில் தொக்கி நின்றதை முனியப்பனால் கவனிக்காமல் இருக்க முடியவில்லை.

"ஏன்யா... அந்த முக்குல இருக்குது பாரு செருப்புக்கடை." அவர் கை நீட்டிய திசையில் பார்த்துவிட்டு ஏட்டையா எஸ்.ஐ.யின் முகத்தை நோக்கினார். "வண்டி திரும்புறதுக்கு இடைஞ்சலா இருக்குல்ல." ஏட்டையாவைப் பார்த்து எஸ்.ஐ. கேட்டார். பக்கத்தில் நின்றிருந்த முனியப்பனுக்கு 'பக்'கென்றது.

"சார். அது இவரோட கடைதான் சார். முப்பது வருசமா அதே இடத்துலதான் இருக்காரு சார்." ஏட்டையா மெதுவான குரலில் எஸ்.ஐ.யிடம் சொன்னான். ஏட்டையாவின் பதில் முனியப்பனுக்குக் கொஞ்சம் ஆறுதலாக இருந்தது.

"ம்ம்.." தலையாட்டிக்கொண்டே கொடுத்த சத்தம் மட்டுமே எஸ்.ஐயிடமிருந்து வந்த பதில். எஸ்.ஐ.யின் சுரத்தில்லாத மறுமொழியும், உறுதியில்லாத தலையசைப்பும் ஏட்டையாவின் பதிலால் கிடைத்த ஆறுதலை அடுத்த நிமிடமே காணாமல் போகச் செய்தது. எஸ்.ஐ குடித்து முடித்து டீக்கிளாஸை முனியப்பனிடம் கொடுத்தார். கிளாஸை வாங்கிய பிறகும் முனியப்பன் கொஞ்சநேரம் அங்கேயே நின்றிருந்தார். எஸ்.ஐ ரசீதுப் புத்தகங்களை எடுத்து அப்படியும், இப்படியும் புரட்டினார். அந்தப் புத்தகத்தில் ஒரு பக்கத்தை எடுத்து ஏதோ எழுதிக் கையெழுத்தைப் போட்டுவிட்டு ஏட்டையாவிடம் கொடுத்தார்.

கொடுக்கும்போது முனியப்பன் அங்கேயே நின்றிருந்ததைக் கவனித்து 'என்ன வேண்டும்?' என்பதைப் போலத் தலையை அசைத்து சைகையில் கேட்டார். மிடுக்கோடும், விறைப்போடுமிருந்த எஸ்.ஐ.யின் பின்னால் நின்றிருந்த ஏட்டையா அவரை அங்கிருந்து கிளம்பிப் போகுமாறு சைகை செய்தார். முனியப்பன் அங்கிருந்து நகர்ந்து கடைக்குப்போய் கிளாஸைக் கொடுத்துவிட்டு செருப்புக்கடையிருந்த தென்னங்கீற்று நிழலுக்குள் வந்து மறுபடியும் குத்த வைத்து உட்கார்ந்துகொண்டார். தூரத்தில் எஸ்.ஐ, ஏட்டையா இருவரையும் கவனித்தார். எஸ்.ஐ கையை அங்கும் இங்கும் நீட்டி ஏட்டையாவிடம் சுட்டிக்காட்டி ஏதோ சொல்லிக்கொண்டிருந்தார். பேசி முடித்த பிறகு, எஸ்.ஐ அவரின் மோட்டார் சைக்கிளில் ஏட்டையாவையும் உட்கார வைத்துக்கொண்டு அங்கிருந்து கிளம்பிவிட்டார்.

பூசாரி முனியப்பன் மனம் வெய்யிலில் வைத்த பனிக்கட்டியென கொஞ்சம் கொஞ்சமாக நிம்மதியை இழந்தது. நிம்மதியை இழந்து அல்லாடிக் கொண்டிருந்த மனதில் இன்னவென்று அறிய முடியாத பாரம் வந்து அழுத்தியது. வாழ்வின் லட்சியம் கையை விட்டு நழுவி போய்விட்டதைப் போல இருந்தது. இடையில் உதித்த 'பெட்டிக்கடை' லட்சியம் சுக்குநூறாவதைக் குறித்து அவர் மனம் இவ்வளவு கவலைகொள்ளவில்லை. ஆணிவேரே அசைக்கப்பட்டு விடுமோவென்ற தத்தளிப்பு. அவரின் வாழ்வே அவரைவிட்டு நழுவிக்கொண்டிருக்கிறது என்பதை நினைத்து மனமும், உடலும் ஒருசேர கனமானது.

இது அவரின் தலைமுறையோடு முடிந்து போகிற வாழ்வல்ல. அவருடைய அய்யா அவருக்குக் கொடுத்த வாழ்வு. அவரின் பிள்ளைக்கும் தந்துவிட்டுப் போக வேண்டுமென்ற கனவு சீக்கிரத்தில் கலைந்து போகப்போகிறது என்பதை நினைக்க நினைக்க மனம் பதைபதைப்புக்குள்ளானது. துக்கம் பெருக்கெடுத்து வாய்விட்டு அழுதால் நன்றாக இருக்குமென்று தோன்றியது. ஆனால் தொண்டையை அடைத்துக்கொண்டிருந்த அழுகை வரவில்லை. அவரின் அய்யா வெறும் மண்தரையை தந்துவிட்டுப் போனார். கூரைவேய்ந்து கொஞ்சம் நிழல் சேர்த்துக்கொண்ட பெருமிதம் அவருக்கு இருந்தது. அவருடைய பிள்ளைக்கு முன்பைக் காட்டிலும் மேம்பட்ட, உறுதியான, நிரந்தரமான ஒரு வாழ்க்கையைக் கொடுத்துவிட்டுப் போகலாம் என்றுதான்

அவரின் உள்மனம் நீண்டநாட்களாகச் சொல்லிக்கொண்டிருக்கிறது. அதற்கு இப்போது பங்கம் ஏற்படப் போகிறது என்பதை அவரால் தாங்கிக்கொள்ள முடியவில்லை.

குடும்பத்தின் பிழைப்பு மீண்டும் வீதிக்குத் தள்ளப்படுவதை நினைத்து மனம் வெம்பியது. வெய்யிலின் சூடு ஆழமாய் உள்ளிறங்கியது மாதிரி மனதிற்குள் அனல் கொதித்தது. எஸ்.ஐ பேசிய வார்த்தைகள் நெருப்புத்துண்டங்களாய் வந்துவிழுந்து உடல் எரிந்தது. கைகள் அவரை அறியாமலேயே கடைச்சாமான்களை எடுத்து வைக்க ஆரம்பித்தது. காலையில் வந்து கடையைத் திறப்பதற்கும், மாலையில் தொழில் முடித்து வீட்டுக்குச் செல்லும் முன்பு கடையை மூடுவதற்கும் பத்து நிமிடங்களுக்குமேல் எடுக்காது. ஒரு சின்னத் தகரப்பெட்டியில் கத்தி, ஊசி, நூல், சுத்தி, முள்வாங்கி, கொஞ்சம் தோல் வார்கள், பாலீஷ் டப்பாக்கள், பாலீஷ் செய்யப்பட்டு பளபளப்பாக ஜொலித்த சில ஜோடிச் செருப்புகள் எல்லாவற்றையும் உள்ளே வைத்தார். இறுதியில் விரிக்கப்பட்டிருந்த கோணிச்சாக்கை இரண்டாய் மடித்து உள்ளே வைத்து பெட்டியைப் பூட்டினார். கடையின் வடமேற்கு மூலையில் பெட்டியை வைத்துத் தட்டியை எடுத்து வந்து மறைத்து இரண்டு பக்கமும் ஊன்றப்பட்டிருந்த சவுக்குக் கம்பில் கயிற்றால் கட்டிவிட்டார். அவ்வளவுதான்... கடை இழுத்து மூடப்பட்டுவிட்டது. தென்னையோலைத் தட்டியை இன்னும் முன்னே தள்ளி அடைத்தபோது ஊசியொன்று வெளியே உருண்டோடி வந்தது. கையில் எடுத்துப் பார்த்தார். ஊசிமுனை ஒடிந்துவிடுவது போலத் தேய்ந்திருந்தாலும், பளபளத்துக் கூர்மையோடுதான் இருந்தது.

உயிர் எழுத்து (நவம்பர், 2017)

செல்லாக்காசு

கனத்த மூடைகளைச் சுமந்து செல்கிற பாரமும், அதனால் விளைந்த களைப்பும் கண்ணைச் சொக்க வைத்தது. தூக்கமும், நீண்ட ஓய்வும் தேடி அலைந்தான் அழகர். ஐந்து நிமிடம் முன்னதாக வந்திருந்தால் கூட பஸ்ஸைப் பிடித்திருக்கலாம். ஊருக்குப் போய் விடலாமென்று எவ்வளவு முயற்சித்தும் சரியான நேரத்திற்கு வர முடியவில்லை. கூலியைப் பெற்றுக்கொண்டு வருவதற்குள் இவ்வளவு நேரமாகிவிட்டது. முதலாளி நீண்ட நேரம் காக்க வைத்தார். முதலாளி எப்போதும் கூலி தருவதற்கு இவ்வளவு தாமதம் செய்ததில்லை. அவருடைய முகம் அவரின் வழக்கமான முகம் இல்லை. என்றைக்கும் இல்லாத அதிர்ச்சியில் உறைந்த முகம். அழகரும் பார்ப்பதற்கு முரடனைப் போல கட்டையாகவும், நெடுநெடுவென வளத்தியும் கொண்ட தோற்றம். மூடை, மூடையாய் பாரம் தூக்கி இறுகிய தோள்கள். சிறுவயதில் அத்தைப் பையன் கல்லை விட்டு எறிந்ததில் புருவம் இரண்டாகி ஏற்பட்ட தழும்பு அழகரின் இயல்புக்கு மாறான குரூரமானவன் என்னும் அடையாளத்தைக் கொடுத்தது. குரூரமானவனாய் இருந்திருந்தால் இந்த அடியே பட்டிருக்காது. செய்யும் வேலையில் அழகர் முரடன்தான். ஆனால் அப்பாவி. வேலைகளைச் செய்யும் கெட்டிக்காரத்தனத்தை வாழ்க்கையில் காட்டியதில்லை. அவனுக்குத் தெரிந்ததெல்லாம் மண்டி, மூட்டை, முதலாளி, முதலாளியக்கா, பொடியன், ஒரு சித்திரமாக '28 வி' பஸ், அவன் குடும்பம், கிராமம். கிராமம் என்றால் ஊரில் பஸ்ஸ்டாப்புக்குச் செல்லும் வழியில் கடக்கும் இரண்டு வீதிகளைத் தவிர எந்த வீதிக்கும், யாருடைய வீட்டிற்கும் போனதில்லை. அந்தக் கிராமத்தின் பஞ்சாயத்துத்

தலைவர் யாரென்று கூடத் தெரியாது. பள்ளிக்கூடக் காற்று இவனைத் தீண்டியதில்லை. எழுத்து வாசனையை இவன் நுகர்ந்ததில்லை. இரண்டு சொற்களை அதட்டி சத்தமாகச் சொன்னால் சிறு குழந்தையைப் போல வெடித்து அழுதுவிடுவான்.

முதலாளிக்கு ஏதோ திடீரென வந்த கஷ்டத்தால் கூலி தருவதற்கு இப்படி அல்லாடுகிறார் என்று நினைத்து வருந்தினான். தன்னைப் போல முதலாளியும் யாருக்கோ, எதற்கோ காத்துக் கிடக்கிறார் என்பது மட்டும் புரிந்தது. மண்டி முன்னால் வேயப்பட்டிருந்த சிமெண்டு கூரைக்குக் கீழே வாடைக்காற்று மெல்ல வீசியது. இரும்பு பைப்புகளின் வளையங்களில் மாட்டப்பட்ட பகுதியின் சிறுதுளை வழியாக நிலவின் ஒளி உள்ளேவர சிரமப்பட்டுக்கொண்டிருந்தது. வந்துவிட்டாலும் டியூப்லைட்டின் வெளிச்சத்திற்குள் கரைந்துபோக வேண்டியதுதான். நிலவு இருளுக்குத்தான் ஒளி, வெளிச்சத்திற்கு அல்ல. கூலியைப் பிறகு வாங்கிக்கொள்ளலாம் என்றும் நினைத்தான். ஆனால், ஊருக்குச் செல்லக்கூட கையில் காசில்லை. முதலாளியை விட்டால் வேறு நாதியில்லை. குளிரைத் தடுக்க நெஞ்சில் கட்டியிருந்த கைகளை மாற்றிக் கட்டிக்கொண்டான். அழகர் லுங்கியை அவிழ்த்து ஒருமுறை உதறி சரிசெய்து பற்களில் சட்டையின் கீழ்நுனியைக் கடித்து வைத்துக்கொண்டே இடுப்பில் வலதுபக்கம் இழுத்து இடதுபக்கத்தை மடித்துக் கட்டினான். பக்கத்திலிருந்த பொடிப்பையன் சோம்பலுடன் அழகரையும், முதலாளியையும் மாறிமாறிப் பார்த்தான்.

"அண்ணே, பஸ்ஸுக்கும், ஒரு நாள் செலவுக்கு மட்டும் காசு குடுங்க. மிச்சத்தை அப்புறமா வந்து வாங்கிக்கிறேன்." ஊருக்குச் செல்ல வேண்டிய அவசரத்தில் கேட்டான் அழகர். அம்மா உடம்புக்குச் சரியில்லாமல் தனியாகக் கிடப்பாள் என்ற வருத்தம் மேலோங்கியிருந்தது.

"இரு.. இரு.. கொஞ்ச நேரத்துல காசு வந்துரும். இருந்து அக்கா வந்ததும் வாங்கிட்டுப் போயிரு." முதலாளி சொன்னதை மீற முடியாது. முதலாளியும் பிறரைப்போலக் கடிந்து பேசும் மனிதரல்ல. கிராமங்களிலிருந்து தானியங்களை வாங்கி வந்து மண்டியில் சேமித்து வைத்து அரைத்து மாவாக்கி பாக்கெட்டில் அடைத்துத் தேவையான கடைகளுக்கு விற்கிற சிறு வியாபாரி. மண்டியும், மாவரைப்பதும்தான் அவர்களின் தொழில் ஸ்தாபனம். அழகர், ஒரு பொடிப்பையன் இருவரும் தொழிலாளிகள். முதலாளி தானியம் வாங்கச் செல்லும் சமயங்களில் முதலாளியின் மனைவி அவ்வப்போது வந்து வேலைகளைக் கவனித்துக்கொள்வாள். அவள் முதலாளியக்கா.

"டேய் பொடி, போய் ஒரு டீ வாங்கிட்டு வா" என்றான் முதலாளி. சோர்வையும், நேரத்தையும் போக்க என்ன செய்வதென்று தெரியாமல் டீ குடிப்பதென்று முடிவு செய்தான். வழக்கம் போல சட்டையிலிருந்து பணத்தை எடுத்துத் தர பாக்கெட்டைத் துழாவினான் முதலாளி. கல்லாவிலும், பாக்கெட்டிலும் இருந்த ரூபாய் நோட்டுகளையெல்லாம் கணக்கு முடிக்கும்

சனிக்கிழமை, வாரத்தின் கடைசி நாள், என்பதால் இருந்த வரை எடுத்துக் கொடுத்து கணக்கு முடித்து வந்தவர்களையெல்லாம் அனுப்பி வைத்தான். இறுதியாக வேலையை முடித்துச் செல்லும் அழகருக்கும், பொடியனுக்கும் கணக்கு முடித்து வாரச்சம்பளத்தைத் தந்து அனுப்புவது வழக்கம். கடன் சொல்லி டீயை வாங்கிவரச் சொன்னான்.

“ஏய் அழகரு, நீயும் வாய்யா... போயிட்டு வரலாம்“ என்று அழைத்தான் பொடியன். ‘ம்ஹூ...ம்’ வரமாட்டேன் என்பது போல் தலையசைத்து மறுத்தான் அழகர். பொடியன் என்றில்லை. நிறைய பேர் அழகரை வயதுக்குத் தக்க மரியாதை கொடுத்து அழைப்பதில்லை. அழகரின் வாழ்வியல் விழுமியங்களில் மரியாதை என்ற ஒன்று இருக்குமாவெனத் தெரியவில்லை. மரியாதை, மதிப்புகளில் அக்கறையில்லாத வெள்ளந்தி மனிதனாய் வயது வித்தியாசமில்லாமல் எல்லோரோடும் சினேகம்கொண்டு திரிந்தான்.

பொடியன் திரும்பி வரும்போது முதலாளியக்கா வந்திருந்தாள். கல்லாப்பெட்டி இருந்த மேசையில் வானுயர்ந்த கட்டிடங்களைப் போல ஐந்துரூபாய் நாணயங்களைக் குவித்து வைத்தாள். வளையல்களை அவ்வப்போது இழுத்து விட்டுக்கொண்டே நாணயங்களை எண்ணி அடுக்கினாள். கம்பீரமாய் நிமிர்ந்து நிற்கும் கோபுரங்கள் போல அழகருக்கு நாணயங்களின் குவியல் தெரிந்தது. கழுத்திலிருந்து நீளமாகத் தொங்கிய தங்கத்தாலிக் கயிற்றின் நுனியிலிருந்த பொற்காசுகள் ஆடி ஒரு குவியலைச் சரித்துவிட்டது. தாலிக்கயிற்றை எடுத்து சேலை மாராப்புக்குள் போட்டுக்கொண்டாள். குளிரடித்ததில் சேலைத்தலைப்பை இழுத்து இடுப்பில் நன்கு சொருகிக்கொண்டாள். குவியலின் உச்சியில் விழுந்த டியூப்லைட்டின் ஒளியால் மேசையில் ஒரு குவியலின் நிழல் இன்னொரு குவியலின்மீது நீண்டு விழுந்தது. மேசை முழுக்கக் கறுப்புநிழல் இருளெனப் படர்ந்திருந்தது. ஒரு நாளைக்கு முந்நூறு வீதம் ஆறு நாட்களுக்கு ஆயிரத்து என்னூறு ரூபாயை நாணயங்களாக எண்ணி அழகரிடம் கொடுத்து ஒரு பிளாஸ்டிக் காகித்தைக் கொடுத்து “பாத்துப் பத்திரமாக் கட்டி வச்சுக்கோ” என்றாள்.

வீட்டிலிருந்த பத்து, இருபது, ஐம்பது, நூறு ரூபாய் நோட்டுகள் அனைத்தும் தீர்ந்துவிட்டன. வேறுவழியில்லாமல் அவள் தினந்தோறும் ஐந்துரூபாய் நாணயங்களைப் போட்டு சேமித்து வந்த உண்டியலை உடைத்து இதை எடுத்து வந்திருக்கிறாள். “வேறு என்ன செய்ய? ஐந்நூறு, ஆயிரம் நோட்டுகதான் இப்போ செல்லாதே. நூறு ரூபாய் நோட்டுகளுக்கும் இப்போப் பஞ்சம். திடீர் அறிவிப்பு. நாமதான் என்ன செய்ய முடியும்? பொருள் கொடுத்தவனுக்கு காசு கொடுக்கலைன்னா இத்தன நாள் காப்பாத்திட்டு வந்த நாணயம் தவறிப் போகாதா? நம்மள நம்பியிருந்தவங்களுக்கு இப்படி திடுதிப்புனு காசு இல்லைன்னு கைய விரிச்சா பாவம், அவன் என்ன செய்வான்? நம்மள மாதிரிதான அவனும். அவன் குடும்பமும்,

வியாபாரமும் இதை நம்பித்தான இருக்கும்.” வியாக்கியானம் பேசும் கணவனுக்கு அவள் சேமிப்பைக் கொடுத்ததன் மூலம் பெரும் ஒத்தாசை செய்ததாக அவளின் மனம் திருப்திப் பட்டுக்கொண்டது. பொடியனுக்கும் சில்லறைதான் சம்பளம். பொடியனுக்குச் சிறுமுடிப்பு. அழகருக்கு பெருமுடிப்பு.

வாங்கி வைத்துக்கொண்டு விறுவிறுவென பஸ்ஸ்டாப்பை நோக்கிப் பெரிய பெரிய எட்டு வைத்து நடந்தான். அவர்களின் மண்டி இருந்த வீதியே ஒரு குடவுன் போலத்தான் இருந்தது. குறுகிய சந்தில் கடைசியில் இருந்த ஒழுங்கில்லாத விஸ்தாரமான கூடம். இந்தக் குறுகிய சந்திற்குள் மூடைகளைத் தூக்கிக்கொண்டு மிகவும் லாவகமாக நடக்கும் ஒரேஆள் அழகர் மட்டும்தான். சந்துகளும், வளைவுகளும் கடந்து நடந்து கொஞ்ச தூரத்திலேயே வியர்வை சுரந்து சட்டையை நனைத்தது. பனியில் நனைந்த வியர்வை. நெற்றியை ஒட்டிக் கிடந்த முடிக்கற்றையின் அடியில் முத்துமுத்தாய் வியர்வைத்துளிகள் பெருகி நின்றது. பல குறுக்குச் சந்துகளில் அடர் இருள். கொஞ்சம் வெளிச்சம் கிடந்த வீதிகளில் இவனின் நிழலுருவம் முன்னால் விறுவிறுவென நடந்துகொண்டிருந்தது. மனது எதை அஞ்சி பரபரவென கால்களைத் தாண்டித் தாண்டி எட்டு வைக்கச் செய்ததோ அது நடந்துவிட்டது. குறுக்கு வீதிகளுக்குள் இருந்து வெளிவந்து மெயின் ரோட்டிற்கு வந்த போது பர்லாங்கு தூரத்தில் கடைசி பஸ் ‘28 B’ தன்னை விட்டு வேகமாகக் கடந்து செல்வதைப் பார்த்து கால்களில் வேகம் கூட்டி ஓடினான். எவ்வளவு ஓடியும் தவற விட்டுவிட்டான். அழகரின் கால்களில் வேகம் குறைந்தது. எதுவும் செய்வதறியாமல் வாயைச் சப்புக் கொட்டி நின்றான். அந்த இரவு அவனை அசதி, வலி, ஏமாற்றத்தோடு நடு சாலையில் நிறுத்திவிட்டது. உடல் அலுப்பில் அசந்து தூங்கிவிட்டால் என்ன செய்வதென்று நினைத்து அந்த யோசனையைக் கைவிட்டான். வேறு ஏதேனும் வண்டி கிடைத்தால் கூட போய்விடலாமென்று எண்ணிக் காத்திருக்க முடிவெடுத்தான். அழகர் காத்திருந்தான். எதிர்பார்த்த மாதிரி எந்த வண்டி வாகனமும் வரவில்லை. வந்த ஒன்றிரெண்டு வாகனமும் நிற்கவில்லை. எல்லா வழிகளும் அடைபட்டு விட்டதாய் உணர்ந்தான். இனி அதிகாலை நான்கரைக்கு வரும் முதல் பஸ்சில் ஏறி பஸ் ஸ்டாண்ட் சென்று ஆறு மணிக்குப் புறப்படும் பஸ்சைப் பிடித்து ஊருக்கு செல்வதைத் தவிர வேறு வழியில்லை.

சாலையில் நல்ல பனி. பனிக்காற்று முகத்தை மறைத்துக்கொண்டு அங்குமிங்கும் அலைந்தது. அக்குளைத் தவிர வியர்வை முழுக்க வற்றியிருந்தது. அழகருக்குக் குளிரெடுக்கத் தொடங்கியது. வரிசையாக இருந்த சிறுசிறு கடைகள் மூடப்பட்டு இரவைத் திறந்துவிட்டிருந்தன. சாலையின் ஓரத்தில் நடப்பட்டு கொஞ்சம் வளர்ந்து நின்ற செடிகள் அசைவின்றி கம்மென்று இருந்தன. பஸ்ஸ்டாப் என்று எழுதப்பட்ட வட்டத் தகர போர்டு இரும்புக் கம்பியில் வெல்ட் செய்யப்பட்டு ஒரு செடிக்குப்

பக்கத்தில் ஊன்றப்பட்டிருந்தது. சிலநொடிகள் நின்றிருந்தவன் இரும்புக் கம்பியைத் தொட்டான். சில்லென்றிருந்தது. வைத்த வேகத்தில் கையை எடுத்துக்கொண்டு இரு உள்ளங்கைகளையும் கரகரவென அழுத்தித் தேய்த்து சூடாக்கிக்கொண்டான். சிலஅடிகள் பின்னுக்கு நகர்ந்து ஒரு கடையின் முன்பிருந்த மரப்பெட்டியைப் பார்த்தவுடன் லுங்கியை அவிழ்த்து தூசு தும்பைத் தட்டி சுத்தம் செய்து உதறிக் குதித்து ஏறி லுங்கிக்குள் உடலைக் குறுக்கி மொன்னைப் பாம்பைப்போல சுருண்டு படுத்துக்கொண்டான். குளிரும் பனியும் லுங்கியை வெற்றிகொண்டு அவனது உடலைத் துளைத்தது. ஆனால், அவன் உடலின் சோர்வும், வலியும் பனியையும், குளிரையும் வெற்றிகொண்டு ஆழ்ந்த தூக்கத்தைக் கொடுத்தது. எவரையும் எரிச்சல்கொள்ளச் செய்யும் குறட்டை ஒலி அந்தச் சாலையைத் தாண்டி நீண்டு கொண்டிருந்தது.

“டக்... டக்... டக்... டக்...” லத்தியை வைத்து பெரிய மரப்பெட்டியின் ஓரத்தில் தட்டினர். அங்கு ரோந்து வந்துகொண்டிருந்த போலீஸ்காரர்கள் இருவரும். படுத்திருந்தவன் மெல்ல அசைந்து கொடுத்து மறுபடியும் படுத்துக்கொண்டான்.

“டக்... டக்... டக்... டக்...” லத்தியை வைத்து மறுபடியும் மரப்பெட்டியில் தட்டினான் ஒரு போலீஸ்காரன். இன்னொரு போலீஸ்காரன் அவனை லத்தியை வைத்து உடலின்மீது குத்தி அழுத்தினான். லுங்கியை இழுத்துத் தலையைப் போர்த்திக்கொண்டும், எல்லை தாண்டி வளர்ந்து தொங்கும் கிளைபோல நீண்டு வெளிக்கிடந்த காலை உள்ளிழுத்துக்கொண்டும் மறுபடியும் தூங்கினான்.

அவன்மீது மெல்ல ஒரு அடியைப் போட்டான் அந்த போலீஸ்காரன். அழகர் தொடையில் அடிபட்ட இடத்தைத் தேய்த்துக்கொண்டு விழித்தான். கையை நெட்டி முறித்தான். பீளை தள்ளிய கண்களில் தூக்கக் கலக்கம். பனி பெய்து பெய்து வெள்ளைத்திரையெனப் படர்ந்திருந்தது. காக்கிச்சட்டையையும், தொப்பியையும் பார்த்தவுடன் பதறிப்போய் எழுந்தான். பயம் கவ்விக்கொண்டது. என்ன நடந்து விட்டதென்று புரியாமல் முழித்தான்.

“யாரு நீ. ஏன் இங்க வந்து படுத்திருக்க? எந்த ஊரு?” அழகரைப் பார்த்துக் கேட்டான் இருவரில் ஒரு போலீஸ்காரன்.

“என் பேரு அழகர் சார்.” சொல்லும்போது நடுங்கிய உதடுகள் குளிரால் இல்லை. “பக்கத்துல மல்லையாபுரம் சார்” என்ற போதும் நடுக்கம் குறைந்தபாடில்லை. லுங்கியை ஒருபக்கமாய் நீளமாய் இழுத்து சேலையைப்போல இடுப்பில் சொருகிக்கொண்டான்.

“இங்க என்ன பண்ற?” என்று கேட்ட போலீஸ்காரன் அழகரின் முரட்டு முகத்தைப் பார்த்து சந்தேகம் வலுத்தவனாய் அவனைக் கண்களால் எடை

போட்டான். காப்புக் காய்த்த கைகள், புருவத்தின் வெட்டுத் தழும்பு, இறுக்கமான முகம் என்று ஒவ்வொன்றாய் அளந்துகொண்டிருந்தவன் தொடைப்பகுதி மட்டும் புடைத்திருந்ததைக் கவனித்தான்.

“பாக்கெட்ல என்னடா இருக்குது?”

“ஒன்னும் இல்லை சார்.” சட்டைப் பாக்கெட்டைத் திறந்து காட்டினான்.

“ட்ரவுசர் பாக்கெட்டுக்குள்ள என்னடா இருக்குது.” லத்தியை வைத்துப் புடைத்திருந்த அந்த இடத்தில் மெல்லத் தட்டினான். அழகருக்குக் கொடுக்கப்பட்ட பெருமுடிப்பு. லத்தி பட்டதில் ஒன்றோடொன்று மோதும் நாணயங்களின் ஒலி கேட்டது. அழகர் பெருமுடிப்பை வெளியில் எடுத்தான். இரண்டு கைகளிலும் ஏந்தியெடுத்துக் காட்டினான். நாணயக் குவியலோடு கைகளின் நடுக்கத்தையும் போலீஸ் குறிப்பெடுத்துக்கொண்டான்.

“என்னடா இது? இவ்வளவு காசு ஏது உனக்கு?” இருவரும் அதட்டிக் கேட்டனர்.

“சம்பளக்காசு சார்.”

“நீ என்ன கண்டக்டர் வேலை பார்க்குறியா? இவ்வளவு சில்லறைய எவன் சம்பளக்காசா தர்றான்?”

“இல்லைங்க சார்.” மெதுவாகச் சொல்லி “நான் மண்டியில லோடுமேனா வேலை பாக்குறேன் சார்” என்றான்.

போலீஸ்காரர்கள் இருவருக்கும் அவனுடைய தோற்றத்திற்கும், அவன் சொல்லும் பதிலுக்கும் பொருத்தமில்லை என்று நினைத்து நம்ப மறுத்தனர். பனி பெய்து கொண்டிருந்தது. வீதிவிளக்கின் வெளிச்சத்தில் அவனை எடைபோட்ட போலீஸ்காரன் மரப்பெட்டியின் உள்பகுதிக்குச் சென்று லத்தியை உள்ளேவிட்டுத் துழாவினான். மூடியிருந்த கடையைக் கவனித்தான். கடையின் இரண்டு மடிப்பு மரக்கதவின் தாழ்ப்பாளில் பித்தளை அமுக்குப் பூட்டுப் போட்டுப் பூட்டப்பட்டிருந்தது. பூட்டுத் தொங்கிக்கொண்டிருந்த இடத்தில் மரக்கதவு சரியாக அடைபடாமல் கொஞ்சம் இடைவெளி இருந்ததை போலீஸ் கவனித்து சக போலீஸை அழைத்துக் காண்பித்தான்.

“இங்க வந்து பாருங்க சண்முகம். இவன் இந்த பெட்டி மேலே படுத்துகிட்டு இதுக்கிடையில இருந்து கையை உள்ள விட்டு கடைக்குள்ள இருந்த சில்லறைக்காசுகளை எடுத்துருக்கான். மெயின் ரோட்டுலேயே இவ்வளவு பெரிய திருட்டுத்தனம்“ இன்னொரு போலீஸ்காரனுக்கு அந்த இடைவெளியைக் காட்டினான். அந்தப் போலீஸ்காரன் அழகர் மீதிருந்த சந்தேகம் உறுதியானதைப் போல ஆமோதித்து தலையசைத்தான்.

“சார், இது என் சம்பளக்காசு சார்.” அழகர் பதறிப் போய் சொல்லிக்கொண்டிருக்கும் போதே போலீஸ்காரன் கன்னத்தில் பளாரென

அறைந்தான். உடல் முழுக்க அதிர்ந்து கன்னம் நடுங்கிக்கொண்டேயிருந்தது. அழகரின் கண்களில் நீர் பள்ளம் நோக்கி வீழ்ந்துவிட திரண்டு வந்துகொண்டிருந்தது.

"இந்தக் காலத்துல எவன்டா சில்லறைய சம்பளக்காசா தர்றான். எங்ககிட்டயேவா உன் வேலையக் காட்டற. களவாணிப் பயலே, நீ வண்டியில ஏறு." இரண்டு போலீஸ்காரர்களும் அழகரை பைக்கின் நடுவில் உட்கார வைத்து காவல்நிலையம் அழைத்துச் சென்றனர். பனியில் மறுபடியும் வியர்வை. தலைமுடி, கைகள் என உடல் முழுதும் நனையத் தொடங்கின. வண்டியின் வேகத்திற்குப் பனிக்காற்று சடசடவென முகத்தில் அறைந்தது. வண்டியின் அதிர்வு உடல் முழுக்கப் பரவி அதிர்ந்தது. இரண்டு முரட்டு காக்கிச்சட்டைகளுக்கு இடையில் இன்ன நிறமென்று கணிக்க முடியாத மங்கிய சட்டை நைந்துகொண்டிருந்தது. வேகத்தடையில் ஏறி இறங்கியபோது காக்கிச்சட்டையின் மீது விழுந்த உடலைக் குறுக்கி அவர்கள் வசதியாக உட்கார்ந்து வருவதற்கு ஏதுவாக அழகர் அசைந்து கொடுத்தான்.

காவல்நிலையம் பனிபெய்த இரவின் உறக்கத்தில் உறைந்திருந்தது. விளக்கின் வெளிச்சம் உள்ளுக்குள் சிலர் இருப்பதைச் சொல்லியது. பெருமுடிப்பை ரைட்டரின் மேசையில் வைத்துவிட்டு, உள்ளே அழைத்து வரப்பட்ட அழகரின் சட்டை, லுங்கி அவிழ்க்கப்பட்டு சோதனை செய்யப்பட்டது. சோதனையில் எதுவும் சிக்கவில்லை. போலீஸ்காரன் காவல்நிலையத்தில் ஒருநோட்டில் ஏதோ எழுதிவிட்டு மேசையில் வைத்தான். அழகர் தடுமாறித் தடுமாறி ஏதோ சொன்னான். அவனுக்குத் தெரிந்த எல்லாக் கடவுள்களையும் மனதுக்குள் வேண்டிக்கொண்டான். அழகருக்கு வாழ்வில் இதுவரை சந்தித்திராத சூழல். பிளாஸ்டிக் காகிதத்திலான பெருமுடிப்பு அழகர் கண்ணைவிட்டு அகல மறுத்தது. போலீஸ்காரர்கள் இருவரையும் நோக்கிக் கெஞ்சும் பாவனையில் பேசுவதற்கு முயற்சித்தான்.

"என்னடா பாக்குற? அங்க போய் உட்காரு" என்று மறுபடியும் கன்னத்தில் அறைந்து ஒரு அதட்டல். "களவாணிப் பயலே" என்று கத்தியபோது கன்னம் அதிர்ந்து நடுங்கிக்கொண்டேயிருந்தது. திரும்பி நடந்து சென்று உட்கார்ந்துகொண்டான். முதல் இரவு. அவனது வீட்டைவிட வசதியாகத்தான் இருந்தது. அந்த அறை பெரியதாக இருந்தது. மார்பிள் தரை. கிராமத்தை விட வெளிச்சம் அதிகமாக இருந்தது. மின்விசிறி பனிக்காற்றை உள்ளிழுத்து வந்து குளிரைத் தந்தது. ஆனாலும் தூக்கம் வரவில்லை. காவல்நிலையம் சமூகத்தின் மானம், அவமானத்தோடு சம்பந்தப்பட்டதென்ற வைராக்கியம்கொண்ட கிராமத்துக்காரன் அழகர். அச்சத்தின் உறைவிடத்தில் இடவசதி எப்படி ஒருவனுக்குத் தூக்கம்கொண்டு வரும். கண்களில் மிரட்சி. முகம் வாடியிருந்தது. வாயிலிருந்து நீர்வழிந்து உதட்டின் ஓரத்தில் நின்றிருந்தது. எப்போதும் வழிந்து ஒழுகிவிடலாம். ஏற்கனவே அங்கு சுவரில்

சாய்ந்திருந்த ஒருவன் தூங்கித் தூங்கி விழுந்துகொண்டிருந்தான். கால்களைச் சம்மணம் போட்டுக்கொண்டு எப்படி இவனால் உறங்க முடிகிறது என்று வியப்போடு பார்த்தான். ஐந்து நிமிடம் முன்னதாகக் கிளம்பியிருந்தால் இந்நேரம் ஊரில் இறங்கி வீடு சேர்ந்து இப்படித்தான் ஆழ்ந்து கொடுவாய் ஒழுக உறங்கிக்கொண்டிருப்போம் என்ற நினைப்பு வந்தது. லாக்கப் கம்பிகளைப் பார்த்தவுடன் மறுபடியும் பயம் கவ்விக்கொண்டது.

எப்போது விடிந்ததென்று தெரியவில்லை. வந்து வந்து போன அரைகுறைத் தூக்கம் முழுதும் கலைந்தது. சரசரவென்ற பூட்ஸ் கால்களின் சத்தம் எழுப்பிவிட்டதா என்பதை உறுதிப்படுத்த முடியவில்லை. கொடுவாய் எச்சிலை லுங்கியை மேலிழுத்துத் துடைத்துக்கொண்டான். காக்கிச்சட்டைகள் நிறைய தெரிந்தது. தன்னை அழைத்து வந்த போலீஸ்காரர்கள் மட்டும் எங்கும் தென்படவில்லை. இரவில் இருந்ததைவிட புதியதாக வந்திருந்த இரண்டு பேர் குத்துக்காலிட்டு உட்கார்ந்திருந்தனர். எங்குத் தூங்கிக் கொண்டிருந்தார்களோ! எங்கிருந்து இழுத்து வந்தார்களோ! என்ற நினைப்பு ஒரு நொடி வந்து போனது. என்ன செய்வதென்று முழித்துக்கொண்டிருந்த போது இளைஞனொருவன் டீக்கிளாஸை நீட்டினான். தலையசைத்து வேண்டாமென்று மறுத்தான். இங்கிருந்து எப்போது வெளியே போவோம் என்பதை மட்டுமே மனம் எதிர்பார்த்துக்கொண்டிருந்தது. அந்த வேளைக்காகக் காத்திருந்தது. உடம்புக்கு முடியாத அம்மா தேடிக்கொண்டிருப்பாள் என்ற பதட்டம் அதிகமானது.

“நீ இங்க வா.” ஒரு போலீஸ்காரன் அழைத்தான். இவன் புதியவன். “சட்டையைக் கழட்டு. மச்சம், தழும்பு இருக்குற இடத்தைக் காட்டு” என்று கேட்டான். அவன் முகத்தைக் கவனித்த போலீஸ்காரன் இந்தப் புருவத்துல இருக்குற தழும்பு இல்லாம வேற ஏதாவது மச்சத்தக் காட்டு” என்றான். வலது கட்டை விரலில் நகத்திற்குக் கீழேயிருந்த மச்சத்தைக் காட்டியதும் எழுதிக்கொண்டான். மேசையிலிருந்த அவனுடைய பெருமுடிப்பை ஏக்கத்தோடு பார்த்தான். பெரிய நோட்டுப்புத்தகத்தில் கைநாட்டைப் பெற்றுக்கொண்டு “போய் அங்கன உட்காரு” என்று போலீஸ்காரன் சொன்னதும் இவனும்போய் உட்கார்ந்தான். எங்கிருந்தோ எல்.ஆர்.ஈஸ்வரியின் குரலில் ‘செல்லாத்தா... செல்ல மாரியாத்தா...’ என்ற பாடல் கேட்டதும் அவனின் குலதெய்வம் பட்டம்மாளை நினைத்து வேண்டிக்கொண்டான். என்ன நடக்கிறதென்று விளங்காமல் எப்போது வெளியில் போவோம் என்ற காத்திருப்புதான் மூத்திரத்தை விட முட்டிக்கொண்டு நின்றது. சிறிது நேரத்தில் மூத்திரம் பெய்ய விரலை நீட்டினான். காவல் நிலையத்தின் பின்னால் இருந்த புதர் மண்டியிருந்த சந்தைக் காட்டிப் போகச்சொன்னான் போலீஸ்காரன். பெய்துவிட்டு மறுபடியும் அதே இடத்திற்கு வந்து உட்கார்ந்துகொண்டான். பனி பெய்வது குறைந்திருந்தது. வெளிச்சம் குறைந்திருந்தது. பக்கத்தில் இருந்த மூன்று பேரையும் அழைத்து கைநாட்டும், கையெழுத்தும் பெற்றுக்கொண்டனர். ஒரு வயதான ஆள் பொட்டலங்கள்கொண்டு வந்து

ஆளுக்கொன்று கொடுத்தான். பக்கத்திலிருந்தவன் பொட்டலத்தைப் பிரித்து அதிலிருந்த இட்டிலியை எடுத்துப் பாக்கெட்டில் கட்டியிருந்த சாம்பாரை ஊற்றித் தின்ன ஆரம்பித்தான். "என்னடா விட்டத்தைப் பாத்திட்டிருக்க. சீக்கிரம் இட்டிலியைத் தின்னு. கிளம்பலாம்" என்றார் ரைட்டர். 'எழுத்தர்' என்னும் போர்டு இருந்த மேசையில் உட்கார்ந்திருந்த அவரும் போலீஸ் உடுப்புதான் உடுத்தியிருந்தார்.

'கிளம்பலாம்' என்ற வார்த்தையைக் கேட்ட மறுநொடி வாய்க்குள் எடுத்துப் போட்டு அவசரமாக விழுங்கி முடித்து எழுந்து நின்று லுங்கியைச் சரிசெய்து வலது இடது என மாறிமாறி மடித்து இறுக்கிக் கட்டிக்கொண்டு கிளம்புவதற்கு ஆயத்தமானான். இரண்டு புதிய போலீஸ்காரர்கள் வந்து எழுந்து வரிசையில் நிற்கச் சொன்னார்கள். வெளியில் அழைத்துப்போய் நால்வரையும் ஒரு ஜீப்பில் ஏற்றினார்கள். அரைமணி நேரப் பயணத்துக்குப் பிறகு ஒரு பங்களாவுக்குள் ஜீப் நுழைந்தது. போலீஸ்காரர்கள் வாயிலில் காத்திருந்தனர். டவாலி ஒருவன் வந்து போலீஸ்காரர்களிடம் இருந்த காகிதத்தை வாங்கிக்கொண்டு உள்ளே போனான். உள்ளே வரும்போது கைகூப்பி வணக்கம் சொல்லி, அய்யா என்று விளித்து, கைகளைக்கட்டி நிற்க வேண்டுமென்று அறிவுறுத்தினான். சிலநிமிடங்களில் அவர்களை ஒவ்வொருவராய் அழைத்தான். "அழகர்..." எனக் கூப்பிட்டதும் அவன் அந்த அறையின் உள்ளே போனான். கைகளைக் கூப்பி வணக்கம் சொன்னான், "அய்யா..." என்றான். அவன் பெயர், வயசு, தந்தை பெயர், ஊர் என சில கேள்விகளைக் கேட்டனர். ஒவ்வொன்றுக்கும் திக்கித் திணறிப் பதில் சொன்னான். பதட்டம் இன்னும் விலகவில்லை.

நீதிபதி முன்னால் இரண்டு கைகளையும் கட்டித் தலைகுனிந்து கொடுவாய் ஒழுக நின்றிருந்த அழகரைப் பார்த்து, "திருடுனியா?" என்று மெல்லக் கேட்டார் நீதிபதி. "திருடுனியா?" நீதிபதி மெதுவாகக் கேட்டதை டவாலி, "திருடுனியா?" என்று சத்தமாகக் கேட்டான்.

காக்கைச் சிறகினிலே (நவம்பர், 2017)

பூர்ணிமை

மின்சாரம் திடீரென போய்விட்டது. வீட்டுக்குள் இருந்த எல்லாரும் அவரவர் செய்துகொண்டிருந்த வேலையை அப்படியே நிறுத்திவிட்டு அந்தந்த இடத்திலேயே அலுங்காமல் குலுங்காமல் எங்கள் கையிலிருந்த பொருட்களை அங்கங்கே வைத்துவிட்டு வெளியில் வந்தோம். என் தோழிகளோடு வீட்டைவிட்டு வெளியில் வந்து நின்று வீதியை ஒரு சுற்றுச்சுற்றிப் பார்த்தேன். அந்த வீதியின் கடைசியில் இருக்கும் முட்டுச்சந்து வரை எந்த வீதி விளக்கும் எரியவில்லை. எனக்கு மகிழ்ச்சி இன்னும் கூடியது. முழுநிலவு பிரகாசமாக ஒளியை ஒளிரவிட்டுக் கொண்டிருந்தது. எப்போதும் கருமையாக இருக்கும் ஆகாயம் கொஞ்சம் கருநீலம் பூசியதுபோல் நீலமாயிருந்தது. இன்று பூர்ணிமை இரவு. எல்லா இரவுகளையும் போல இருப்பதில்லை இன்றிரவு. எல்லா இரவுகளையும் போல இருந்துவிட்டால் பௌர்ணமி என்று ஒரு நாள் எதற்கு? முழுநிலவின் ஒளி எங்கும் நிறைந்து நீலமும், கருமையும், வெண்மையும் கலந்து பூமியைக் குளிப்பாட்டியது மாதிரி இருந்தது.

வீட்டுவாயிலின் முன்பு உயர்ந்து செழித்திருந்த வேப்ப மரத்தின் கிளைகள் சிலுசிலுவென ஆடிக் கொண்டிருந்தது. புளியம்பழங்களை உலுப்பியது போல சிலுசிலுப்புக்கு வேப்பம்பூக்கள் உதிர்ந்து விழுந்தன. புழுதிமண்ணை மறைத்து வேப்பம்பூக்கள் இறைந்து கிடந்ததை முழுநிலவின் ஒளி பட்டப்பகலைப் போல காட்டிக் கொடுத்தது. கிளைகளிலிருந்து இறங்கித் தவழ்ந்து வந்த இளங்காற்று பின்கழுத்தை உரசிக்கொண்டு உடம்புக்குள்

புகுந்தது. மின்சாரம் போன இரண்டு நிமிடங்கள் அறைக்குள்ளிருந்த வெக்கையால் சுரக்க ஆரம்பித்திருந்த ஈரமென்று சொல்லமுடியாத உடம்பின் பிசுபிசுப்புக்குச் சில்லென்றிருந்தது. வேம்புக்கிளைகளின் நுனி வேப்பங்கொழுந்து அந்த உயரத்திற்கு வளர்ந்து வந்து தன்னை ஸ்பரிசித்துக்கொண்டிருந்த நவ்வாப்பழ மரத்தின் பெரிய இலைகளுக்கு அந்தக் காற்றைக் கடத்தியது. காற்றை நீட்டி வரவேற்ற நவ்வாப்பழ மரத்தின் உச்சிக்கிளைக் காற்றின் வேகத்தை இன்னும் கூட்டியது. கூட்டிய வேகத்தில் தன்னிடமிருந்த சில நவ்வாப்பழங்களை உதிர்த்து பூமிக்குக் காணிக்கை செய்தது.

விழுந்த பழங்களும் மண்ணை முழுதும் கவ்விக்கொள்ளாமல் ஒரு பக்கத்தில் மாத்திரம் நசிவை ஏற்றுக்கொண்டு யாரேனும் தின்று ருசி பெறட்டுமென கொஞ்சதூரம் உருண்டோடி நின்றன. சூரிய ஒளியின் வெப்பம், நீரின் தண்மை, இரவின் குளுமையை உண்டு உட்செரித்து வளர்த்துக்கொண்ட சதை பிறர் தின்று ருசிக்கும்போதுதான் வாழ்வு நிறைவை எய்துகிறது என்பது அந்தப் பழத்தின் திடமான நம்பிக்கை போலும்.

வேப்பம்பூக்கள், நவ்வாப்பழங்கள் மாத்திரமல்ல முழுநிலவின் இரவு உந்தித் தள்ள அந்த வீதி முடியும் முட்டுச்சந்து வரைக்கும் பாதங்கள் நோகாத ஒரு சிறுநடை நடந்து சென்று திரும்பினேன். யுகநேரம் கழித்து முட்டுச்சந்தை அடைந்தபோது கண்ணிமைக்க மறுத்துப் பார்த்துக்கொண்டே ஊர்ந்த என் காதல்நிலவை மறைத்துக்கொண்டு மேகக்கூட்டம் ஒன்று கடந்து போனது. முழுநிலவின் மீது இமைக்கும் கணத்திலும் பிரிவைத் தாங்காத ஆழமான காதல் என்னுடையது என்பதை எப்படிப் புரிய வைப்பது என்று யோசித்து யோசித்து நீலம் பூசிய பரந்த வானத்தையும் துணைக்கு அழைத்துக்கொண்டேன். ஜென் தத்துவத்தைப் பரப்புவதற்குப் பிறந்த ஹைக்கூ கவிதையைத் தோற்றுவித்தவனான மட்சுவோ பாஷோ எழுதிய ஹைக்கூ கவிதையல்லவா இது என வியந்த எனக்குள் மின்னலின் ஒளிக்கீற்று தலையில் இறங்கி உடல் முழுக்கப் பாய்ந்தது. மட்சுவோ பாஷோ எழுதினான்.

மேகம் சில நேரங்களில்
நிலவை ரசிப்பவனுக்கு
ஓய்வு தருகிறது

மட்சுவோ சொன்னது சரியில்லை. யார் வந்து சொன்னாலும் ஏற்கப் போவதில்லை. மேகம் ஓய்வைத் தருவதில்லை. மேகக்கூட்டம் என் காதல் பார்வைக்குள் ஆட்பட்டிருக்கும் நிலவைக் கவர்ந்துகொள்ள முயற்சிக்கிறது. சலனமில்லாத ஒளியைச் சிந்தும் நிலவை மறைக்கும் மேகம் தன்னை மறந்திருக்கும் எனக்கு என்னையும், என் இருப்பையும் காட்டிக் கொடுக்கிறது. என்னையும், என் இருப்பையும் மறந்து கிறங்கி, மயங்கிக் கிடக்கத்தான் மனசு பௌர்ணமி நிலவின்மேல் காதல்கொண்டது.

வெட்டவெளியில் காய்ந்துகொண்டிருந்த வெண்ணிலவைப் போல துருத்திக்கொண்டு தெரியும் சிவப்பு ரத்த நாளங்கள் ஓடும் கண்களின் பாவை காய்ந்துகொண்டிருந்தது. வட்டநிலவின் மீது நிலைகுத்தி நின்ற பார்வையிலிருந்து கண்களை இளைப்பாறச் சொன்ன ஹைக்கூ வரிகளை நான் ரசிப்பதில்லை.

முழுநிலவின் மீது தீராக்காதல் தங்குதடையின்றி என்னுள் சுரந்து வழிந்தது. இது இன்று, நேற்று அரும்பியதல்ல. ரசிப்பும், மயக்கமும், கிறக்கமும், காதலும் ஆழமாக வேரோடிப் போயிருக்கும் விருட்சம். சிறுபிள்ளைகளாகப் புழுதிகளில் புரண்டு திரிந்த பால்ய காலந்தொட்டு உண்டான ஈர்ப்பு. பருவத்தில் எழும் கிளர்ச்சி கூட நிலவைப் பார்த்து எழுந்தது. எனக்குள் காதலை அரும்பச் செய்த முழுநிலவை மறப்பதற்கு என்னால் எப்படி இயலும்? முழுநிலவு பூமிக்குள் அவன் உருவில் வந்து என்மீது வீசிய பார்வையைத் தள்ளி ஒதுக்கி ஓடமுடியாமல் ஈர்க்கப்பட்ட விசையால் என்னைப் பறிகொடுத்தவள் நான்.

இதே பூர்ணிமை நாள். முழுநிலவு. நீலம் குளித்த வானம். சங்கரைப் போல பவித்திரமான அழகு அந்த ஊரில் யாருமில்லை. முழுநிலவின் குழந்தையைப் போல சுற்றி ஒளிசிந்தும் பிரகாசம். வாரி அணைத்துக்கொள்ளும் கண்களிலிருந்து விடுபட முயன்று முயன்று தோற்பதில் எல்லையில்லா மகிழ்ச்சி. கண்களின் ஆதிமொழியில் கவிதை எழுதி மனசை உருக்கும் ராகம் போட்டு சுதி தப்பாமல் பாடுவான். சிறு புன்னகையை வீசியபோது நானே சென்று என்னைத் தூண்டிலில் மாட்டிக்கொண்டு ஒப்புக் கொடுத்தேன். பற்றி நடக்க நீட்டிய விரல்களைக் கனிவோடு கோர்த்துக்கொண்டான். ஓசையில்லாமல் பூனையைப்போல மெதுவாய் கடந்து செல்லும் போதும் முழுநிலவின் வெண்மையை ஊற்றிவிட்டுப் போவான். காதலைச் சொன்ன கணம் முதல் பொங்கிப் பெருகும் அன்பால் ஆராதித்தான்.

என் மேனியில் சிறகு முளைக்கச் செய்தான். உயர உயரப் பறக்கத் துணையாக இருந்து இணையாகப் பறந்தான். வானம் முழுக்க மிதந்துகொண்டிருந்த மேகக்கூட்டங்கள் ஒவ்வொன்றிலும் உட்கார்ந்து நலம் விசாரித்தோம். ஆகாயவெளியில் காற்று தன் முழு வலிமையையும் கூட்டி வீசியது. காற்றின் வேகத்தில் வீழ்ந்துவிடாமல் எதிர்த்துப் பறந்து செல்லும் வித்தையைக் கற்றுக்கொண்டோம். புள்ளினங்கள் தலைவனென்று சொல்லப்படும் ஜடாயுவையும், கருடனையும் வழியில் இவ்வானமெங்கும் தேடிப் பார்த்தும் தென்படவில்லை. விசாரித்துப் பார்த்ததில் அப்படி யாரும் இங்கு இல்லவே இல்லை என்று சொன்னார்கள். இரவில் மேகங்களை விலக்கி முழுநிலவின் பரிபூரண நிலையைக் கண்டு தரிசித்தோம். சோடிப்பறவைகளான எங்களுக்கு வானத்தில் கூட்டமாக அலையும் பறவைகள் வழிகொடுத்துத் தம் அலகைத் திறந்து காதல் பாடல் ஒன்றைப் பாடி வாழ்த்தின. நாங்கள் புள்ளினங்களுக்காக நன்றிப் பாடல் ஒன்றைப் பாடினோம்.

வானம் வசிக்கும் கானப்பறவைகள்
வாழ்த்துப்பாடலுக்கு நன்றி - எங்கள்
காதல் தழைக்கும் காலம் முழுக்க
கூடி வாழப்பழகுவோம் நன்றி

சுதந்திரமாய் வானத்தில் உயர்ந்தும் தாழ்ந்தும் பறந்து திரியும் பொழுதுகளில் பெய்யும் மழைத்துளிகளின் அடர்த்தி எங்கள் சிறகுகளை நனைத்து ஒடித்துவிடும் என்று அந்த நொடியில் எங்களைக் கண்டவர்கள் நினைத்திருக்கலாம். அடைமழையிலும் ஆகாயவெளி முழுக்க பறக்கும் சிறகுகளின் வல்லமையைப் பெற்றோம். பறக்கும் சுகத்தை மிஞ்ச இவ்வுலகில் வேறொரு சுகம் இல்லை.

சூரியஒளி புக இயலாத பெருங்காடுகளில் ஓங்கி உயர்ந்த நீண்ட மரத்தின் மேனியில் அப்பியிருந்த பச்சைப் பாசிகளை உடுத்திக்கொண்டு ராமனையும், சீதையையும் தேடி அலைவதில் இன்பம் கண்டோம். ஒருவேளை கண்டடைந்திருந்தால் ராவணன் அவளைக் கவர்ந்து செல்லவில்லை என்ற உண்மையைச் சொல்லியிருப்போம். இலங்கையின் போரைத் தவிர்க்க எங்கள் அன்பு சுரக்கும் இதழ்களிலிருந்து வேறென்ன சொல்லப் போகிறோம்.

எனக்கு நீலம் பூத்திருந்த ஒற்றைக் காட்டுப்பூவைச் சூட்டிவிட்டுத் தனக்கு வெள்ளை, மஞ்சள், இளஞ்சிவப்பு, ரத்தச்சிவப்பு, வாடாமல்லி நிறங்கள் ஊறிய சிறியதும், பெரியதுமாய் இருந்த அத்தனைப் பூக்களையும் பறித்து மாலையாக்கி சூடிக்கொண்டான். கொடிகளாலும், செடிகளாலும் சூழப்பட்ட வனத்தினுள் இதுவரை யாரும் சென்றிராத தடத்தில் வழியை ஏற்படுத்திக்கொண்டு நடந்து உலகின் இன்னொரு அதிசயத்துக்குள் நுழைந்தோம்.

கண்ணுக்கெட்டும் தூரம் வரையிலும் பரவிக் கிடந்த பெரும் நீர்ப்பரப்பு. மகிழ்ச்சியில் என் காதலன் முத்துக்குளிக்கத் ‘தொப்’பென்று குதித்தான். சமுத்திரத்தின் சிலதுளிகள் நான்கடி மேலே தெறித்து மீண்டும் சமுத்திரத்திலேயே கலந்தது. அவன் முத்துக் குளிக்கும்போது கயிறு பிடித்துக்கொள்ள என் அண்ணன், தம்பி யாரும் வரவில்லை. நானும் குதித்து கைகோர்த்துக்கொண்டு அவனோடு இணைந்து முத்துக் குளிக்கத் தொடங்கினேன். ஆழ்கடலில் இருப்பவை முத்துக்கள் மட்டும்தானா? பல வண்ணங்களில் இருந்த பெயரிடப்படாத சிறுசிறு மீன்கள், நீர்ப்பூச்சிகள், வளைந்து நெளிந்து நெகிழ்ந்து மிதக்கும் விலங்குகள், வழுவழுவென்றிருந்த கடல் தாவரங்கள், குட்டையான மரங்கள், புதர்கள், கூரிய பாறைகள் அந்த நீலப்பச்சை நிற நீர்ப்பரப்பில் வாழ்ந்துகொண்டிருந்தன. முத்துக்களைத் தேடி வந்த இடத்தில் அதைவிட மதிப்புமிக்க, மனிதன் பார்க்காத அடர்ந்த காடு ஒன்று நீருக்கடியில் இருந்தது. முத்துக்குளிப்பதை மறந்து நீர்க்காட்டில் நீந்தி நீந்தி மீன்களாக மாறியிருந்தோம்.

நாங்கள் மீன்களாக மாறியிருந்த சமயத்தில் எங்களைக் கொன்று தின்று பசியைத் தீர்த்துக்கொள்ள ஆறேழு திமிங்கலங்கள் பதுங்கிப் பதுங்கி வந்துகொண்டிருந்ததை நாங்கள் அறியவில்லை. எந்த சாதித் திமிங்கலங்களென எனக்குச் சரியாகத் தெரியவில்லை. கைகோர்த்து நீந்திக்கொண்டிருந்த எங்களைத் திமிங்கலங்கள் தாக்கின. சதையைப் பிய்த்து உடலைக் குதறி ரத்தத்தைக் குடித்தன. சுற்றியிருந்த நீர் விலங்குகள் அனைத்தும் திமிங்கலங்களின் எதிர்பாராத தாக்குதலைப் பீதியுடன் பார்த்தன. எங்களோடு நீந்திக்கொண்டிருந்த சிலமீன்கள் சிதறி ஓடின. நாங்கள் மூச்சுத்திணறித் தடுமாறித் தத்தளித்தோம். தொலைக்காட்சிகள் நாள்முழுக்க இந்த வெறியாட்டத்தை - நரவேட்டையை - ஒளிபரப்பிக்கொண்டேயிருந்தன.

வேறொரு நாளில் பாம்பினால் விழுங்கப்படும் என் அன்பிற்கினிய முழுநிலவின் உருவம் இன்றைக்குத் திமிங்கலங்களால் கடித்துக் குதறப்பட்டிருந்தது. பெருங்காயங்களோடு உயிரோடு இறுதி ஆட்டத்தை விளையாடிக்கொண்டிருந்த நான் நீர்ப்பரப்பின் மேல்பகுதிக்கு வருகிறேன். நீர்ப்பரப்பு தாழ்ந்தும் உயர்ந்தும் கருநீலத்தில் மிதக்கிறது. பூர்ணிமை நாள். முழுநிலவு. நீலம் குளித்த வானம். முழுநிலவு சங்கரைப்போல பவித்திரமான அழகுடன் மிளிர்கிறது. அலைஅலையாய் நெளிந்து, வளைந்து, பிரிந்து, சேர்ந்து ஆடிக்கொண்டேயிருக்கிறது. பாரி மகளிர் துயரம் பெருக்கெடுத்துப் புலம்பித் தவித்த முழுநிலவு நாளில் நானும் துயரப் பெருங்கடலில் தூக்கி எறியப்பட்டவளாக நிலைகொள்ளாமல் மிதந்துகொண்டிருந்தேன்.

அற்றைத் திங்கள் அவ்வெண்ணிலவின்
எந்தையும் உடையேன்; எம்காதலும் பிறர்கொளார்
இற்றைத் திங்கள் இவ்வெண்ணிலவின்
சாதிவெறி முரசின் வேந்தர்எம்
காதலும் கொன்றார்யான் என்னவனும் இலமே.

தந்தை பிள்ளைகளை வாழ்வென்னும் சமுத்திரத்தின் ஒரு கரையிலிருந்து இன்னொரு கரைக்குச் சேர்க்கக் கடமைப்பட்டவன் என்பதை மறுப்பதற்கில்லை. என் தந்தைக்குப் படகு சவாரியில் கரையை அடைய விருப்பம். எனக்கு நானே நீந்தி செல்லத்தான் விருப்பம். அவரவர் உயிருக்கு அவரவர் சுவாசிப்பதைத் தவிர வேறு வழியிருக்கிறதா? ஒன்பது மாதங்கள் கழிந்த பிறகும் தன் வயிற்றுக்குள் வைத்து உனக்கும் சேர்த்து நானே சுவாசிக்கிறேன் எனப் பெற்றெடுத்த தாய் சொல்வது அறிவாகுமா? இந்த மண்ணில் நடக்கக் கூடிய பலத்தை என் கால்கள் பெற்றுவிட்டன. எந்தப் பெருஞ்சுமையையும் தூக்கும் அளவிற்கு என் கைகள் வளர்ந்துவிட்டன. நான் இன்னொரு உயிரை உற்பத்தி செய்யக்கூடிய நிலையை அடைந்துவிட்டேன்.

மொட்டவிழ்வதைப் போல மெல்ல காதல் மலரும் அந்தக் கணத்தை யாரும் அறிவதில்லை. மனதுக்குள் நுழைந்து கலைத்துப்போடத் துடிக்கும்

எவர் கண்ணுக்கும் எங்கள் காதல் புலப்படுவதில்லை. இன்னாரைத்தான், இந்தக் குலத்தில் பிறந்தவனைத்தான் அன்பு கொள்ள வேண்டுமென நிர்பந்தித்து வரவேண்டுமென்றால் உங்கள் மனதில் எப்போதும் காதல் இருந்ததில்லை. உங்கள் துணையிடமோ, பிள்ளைகளிடமோ காட்டியது அன்பு இல்லை. குருதியும் காற்றும்தான் மனித உடலுக்கு உயிர் கொடுக்கிறது. காதலும் அன்பும்தான் மனித வாழ்வுக்கு உயிர் கொடுக்கிறது என்பதை யார் அவர்களிடம் சொல்வார்கள்?

அன்பு சுரக்கும் உள்ளத்தில் காதல் ஊற்றெடுக்கும். காதல் ஊற்றிலிருந்துதான் அன்பு வெள்ளமாகப் பாய்கிறது. காதல் அரும்பும் மெல்லிய உணர்வுக்கு யார் விதிகள் வகுத்துக் கொடுப்பது? மனித வாழ்வின் உன்னதத்தை அறியாத மூடர்கள் செய்யலாம். மூடர்கள் செதுக்கி வைத்திருக்கும் கூரிய ஆயுதங்களை சிற்பங்கள் என்று சொல்லச் சொல்கிறார்கள். இந்தச் சாதிக்குள்தான் அன்பு கொள்ள வேண்டுமென்பது யார் யாருக்காக வகுத்த சட்டம்? யார் ஏற்றுக்கொண்ட நீதி? என் உடல் வளரும்போதே என் விருப்பங்களும் வளர்ந்தன. என் உடலை உடைமையாக்கி உரிமை கொண்டாட என்னைத் தவிர பிறரை நான் ஏன் அனுமதிக்க வேண்டும். என் ருசி பிறரைப் போல இருப்பதில்லை. என் உடல் வலி இன்னொருவரைத் தாக்குவதில்லை. நான் சுயம் இல்லையா? எனது மனம் வேறில்லையா? விருப்பங்கள் மாறும்போது விட்டுக்கொடுக்காத வீம்புக்கு யார் குற்றவாளி?

அற்றைத் திங்கள் அவ்வெண்ணிலவில் என் வாழ்வு திமிங்கலங்களின் கோரப்பசிக்கு இரையானது. வாழ்வு ஒருநாள் அந்தமாகும். அந்தம் அந்தகாரம் ஆகாது. அந்தகாரம் வெறும் அமாவாசை இரவுதான். இரவு அத்தோடு முடிந்து போவதல்ல. அமாவாசையை இருட்டென்று பழிக்கக்கூடாது. அமாவாசையின் கும்மிருட்டுதான் பௌர்ணமியின் முழுஒளிப் பிரகாசத்தை, அதன் நிறைவைக் காட்டுகிறது. துன்பத்தைப் புரிந்துகொள்ளத் தவறினால் தீர்க்கும் வழிதெரியாமல் போகும். அமாவாசை இரவை அனுபவித்திராவிட்டால் வெறும் பகல்நேர சூரியஒளியின் வெளிச்சத்திற்கும் பௌர்ணமியின் ஒளிக்கும் வேறுபாடு விளங்காது. என் வாழ்க்கை அமாவாசைக்குப் பிறகானப் பௌர்ணமி அல்ல. இப்போதெல்லாம் எந்நாளும் பௌர்ணமிதான். தினந்தோறும் ஒளி வீசிக்கொண்டிருக்கிறேன். ஒவ்வொரு நாளும் உங்கள் கண்களுக்கு ஒவ்வொரு அளவிலேதான் தெரிகிறேன் என்பது உங்கள் வாதம். நான் தேய்வதே இல்லை என்பதை அழுத்தமாகச் சொல்லுகிறேன். நான் என் பூர்ணிமையை ஒருபோதும் குறைத்துக்கொள்ளவில்லை.

என் பால்யவயது முதலாக மகிழ்ச்சியில் திளைக்க வைக்கும் முழுநிலவு. எனக்குள் சூல்கொண்டிருந்த காதல்பூ மலர்ந்து மணம் வீசச்செய்த முழுநிலவு. எனது அடியாழத்திற்குள் ஓடிக்கொண்டிருந்த அன்பு ஊற்றின் திறப்பைக் கிளறிவிட்டு பொங்கிப் பெருகி பிரவாகமெடுத்து ஓடச்செய்த முழுநிலவு. அந்த ஒளிமிகுந்த நாளில் எம்மையும், எம் காதலையும்

விழுங்க நினைத்து சாதிப்பாம்பு கொட்டிய கொடும் விஷத்தில் என் சங்கர் பலியாகியிருக்கலாம். பாம்புகளால் விழுங்கப்பட்ட என் வாழ்வு சந்திரகிரகணம் என சபிக்கப்பட்டிருக்கலாம். அதை அப்படியே விட முடியாது. கோவலன் கொலையுண்ட பிறகு ஆவேசமாய் எழுந்து வந்த கண்ணகியைப்போல நீதிகேட்டு சிலம்பெடுத்துக் கிளம்புகிறேன். ஊரை எரித்துவிட்டு வானகம் புகுவாள் என்று எதிர்பார்த்துக் காத்திருக்கிறார்கள். மாதவியையும் என்னோடு சேர்த்துக்கொண்டு புறப்படுகிறேன். நீலம் குளித்த வானத்தில் பிரகாசமாய் பொழிந்து உலவும் அந்தப் பூர்ணிமையின் அன்பு சுரக்கும் ஒளியேந்தி வருகிறேன்.

புத்தம் சரணம் கச்சாமி
சங்கம் சரணம் கச்சாமி
தம்மம் சரணம் கச்சாமி

அதே பூர்ணிமை நாள். முழுநிலவு. நீலம் குளித்த வானம். இருண்டு கிடந்த என் வீட்டிற்கு வெளியே...

கணையாழி (டிசம்பர், 2017)

இரண்டாம் காட்சி

சோடியம் விளக்குகளின் வெளிச்சம் பேருந்து நிறுத்தத்தின் முன்னால் நின்றிருந்த சிலரைத் தெளிவாகக் காட்டியது. மதுரை ரயில்நிலையப் பேருந்து நிறுத்தம். எப்போதும் கூட்டம் நிரம்பி வழியும். சென்னையில் இருந்து வருகிற கடைசி ரயிலும் வந்துவிட்டதால் கடைசிப் பேருந்தைப் பிடித்துப் பலரும் சென்றுவிட்டார்கள். இப்போது அவ்வளவாகக் கூட்டம் இல்லை. மங்கம்மாள் சத்திரமும் கடைகளும் மூடியிருந்தன. காலேஜ் ஹவுஸ் ரோட்டில் சில கடைகள் இன்னும் திறந்திருந்தன. பேருந்து நிறுத்தத்திற்குள்ளே நின்றவர்களுக்குப் பின்னால் இருள் சூழ்ந்திருந்தது. வருகிற பேருந்தின் எண்ணைப் பார்ப்பதற்காக இரண்டு பேர் பிளாட்பாரத்தில் ஏறுவதும் சாலையில் இறங்குவதுமாக அவர்கள் பகுதிக்குச் செல்ல வேண்டிய பேருந்து வருகிறதா எனப் பார்த்துக்கொண்டிருந்தனர். வாகனத்தின் வெளிச்சம் படும்போது கூசுகிற கண்ணைச் சற்றுக் குறுக்கி, அருகில் நெருங்கும்போது அது வேறு வாகனமாக இருப்பதைக் கண்டு ஏமாற்றமடைந்து பெருமூச்சு விட்டனர். இப்படியே அவர்கள் வாகனங்களைப் பார்ப்பதும், ஏமாறுவதும், பெருமூச்சு விடுவதும் சில நிமிடங்களாகத் தொடர்ந்து கொண்டேயிருந்தது. இரவு பத்தரை மணியாகிவிட்டதால் விரைவில் வீட்டுக்குப் போகும் தவிப்பு அங்கு நின்றிருந்தவர்களின் பரபரப்பில் தெரிந்தது.

“வாடி சீக்கிரம்... கொஞ்சம் பேர்தான் இருக்கறாய்ங்க... அவிங்களும் போய்ட போறாய்ங்க...'' வீணாவிடம் சொல்லிக்கொண்டே விறுவிறுவென நடந்தேன்.

“ஏய் லலிதா... கொஞ்சம் மெதுவா நட. பறக்குற.” என்னைப் பார்த்து வீணா கத்தினாள். என் கையைப் பிடித்து இழுத்து நான் விறுவிறுவென நடக்கும் வேகத்தைக் குறைத்தாள். வீணா பூக்கடை மஞ்சுளாவோடு வாயடிப்பதிலேயே நேரத்தைக் கடத்திவிட்டாள். அவள் மீது கோபம் வந்தது. நான் ஊகித்தது போலவே கடைசி ரயிலில் வந்தவர்கள் அனைவரும் சென்றுவிட்டனர். கோபத்தோடு வீணாவை வைதேன். அவளால்தான் எல்லாமும். அங்கு நின்றிருந்த ஆறுபேரில் எப்படியாவது ஆளுக்கு ஒருவரைப் பேசி முடித்துக்கொண்டாலே போதும். அடுத்து இரண்டாம் காட்சியை முடித்துக்கொண்டால், ராத்திரிக்கு பஸ்ஸ்டாண்டில் பார்த்துக்கொள்ளலாம் என உள்மனம் கணக்குப் போட்டது. கணக்குப் பண்ணிப் பண்ணிப் பழக்கப்பட்ட மனம். பேருந்து நிறுத்தத்தை அடைந்ததும் தாமதத்தால் வந்த எரிச்சலும் கூட்டம் போய் விட்ட கோபமும் முழுவதுமாக மறைந்து முகத்தைப் பிரகாசமாகவும் புன்சிரிப்போடும் வைத்துக்கொண்டோம். அழகைக் கூட்டுவதற்காக சில வருடங்களாக எல்லோரும் முகத்திற்கு ரோஸ்பவுடர் அப்பிக்கொள்வதையும், உதட்டுச் சாயத்தைப் பூசிக்கொள்வதையும் வழக்கமாக்கிக்கொண்டோம். நானும் வீணாவும் ரோஸ்பவுடர் பூசி சிவப்புநிற உதட்டுச்சாயத்தோடு நல்ல மணம் வரும்படியாக மல்லிகைப்பூவும் தலை நிறைய வைத்திருந்தோம்.

வேட்டிகட்டி நின்றியிருந்த ஒரு கிராமத்துக்காரனை வீணா நோட்டம்விட்டாள். நான் பக்கத்தில் நின்ற வாலிபனைப் பார்த்துக்கொண்டேயிருந்தேன். கைப்பேசியை நோண்டிக்கொண்டேயிருந்த அவன் திரும்பிப் பார்க்கவேயில்லை. அவனைத் தாண்டி அந்தப்பக்கம் நாற்பது வயது மதிக்கத்தக்க நீலநிற ஜீன்ஸ் சட்டையும், கருப்பு ஜீன்ஸ் பேண்ட்டும் அணிந்திருந்தவனைப் பார்த்துச் சிரித்தேன். அவனுக்கு உடல் உதறல் எடுத்தது. என் உடையையும், அலங்காரத்தையும், சிரிப்பையும் பார்த்தவுடனேயே அவனுக்கு உள்ளுக்குள் பயம் வந்திருக்கும். என்னைப் பார்க்காதவாறு முகத்தை வேறுபக்கம் திருப்பிக்கொண்டான். சில நொடிகளிலேயே பயஉணர்வு மாறி உதறல் குறைந்தது. உள்ளுக்குள் ஒருவிதமான குறுகுறுப்பு ஏற்பட்டது. உடம்பு முழுக்க மின்சாரம் பாய்ச்சியதைப் போல சிலிர்த்தான். அந்த ஜீன்ஸ் சட்டைக்காரன் மெல்லத் திரும்பி என்னைப் பார்த்தான். இந்த முறை சிரிப்பைக் குறைத்து புன்முறுவல் பூத்தேன். ஜீன்ஸ் சட்டைக்காரன் என்னை இப்போது கண்ணுக்கு நேரே பார்த்தான். அவனுடைய பார்வையில் முதலில் ஏற்பட்ட திடுக்கிடும் உணர்வு முற்றிலும் மறைந்து தைரியமாகப் பார்ப்பதை அவன் கண்கள் காட்டிக் கொடுத்தன. என் அனுபவத்தில் ஜீன்ஸ் சட்டைக்காரனைப் போல எத்தனை ஆண்களைப் பார்த்திருப்பேன். என் மாதிரியான பாலியல் தொழிலாளியைக் கண்டு முதலில் திடுக்கிடுபவன் எவனும் அப்படியே இருந்ததில்லை. அதற்குப் பிறகு பல வருடங்களாகப் பழகியவர்களைப் போல நடந்துகொள்வார்கள். சிலர் இன்றும் வாடிக்கையாக வருகிறவர்களாக மாறியிருக்கிறார்கள். அவனிடம் பேசுவதற்காகக் கீழிறங்கி அவனை

நெருங்க முயன்றேன். அதற்குள் ஒலியெலுப்பிக்கொண்டே ஒரு வாகனம் வந்து பிரேக் போட்டு என் முன்னால் நின்றது.

“ஏய்... இந்தா நில்லு... அட... நில்லுன்றேன்... இங்கேயிருந்து மொதல்ல கெளம்பி போங்க ஆத்தா. புது டிசி நைட் ரவுண்ட்ஸ் வர்ற நேரமாச்சு. யாரும் நிக்கக்கூடாது. கெளம்பு... கெளம்பு...'' போலீஸ் வாகனமான சுமோவிலிருந்து இறங்கிய காவலர் எங்களை விரட்டினார். பழக்கமானவர்தான். அவர் விரட்டிய விதம் மிரட்டும் தொனியில் இல்லாமல் அறிவுறுத்தும் விதமாக இருந்தது.

“ஏன் சார். தொழில் பார்க்குற நேரத்துல வந்து இப்படி கெடுக்கிறீங்க?'' கேட்ட வீணாவைப் பார்த்து அந்தக் காவலர் முறைத்துக்கொண்டே “அதான்.. புது டெபுடி கமிஷனர் வந்துருக்கார்ன்னு சொல்றேன்ல. காதுல விழலையா? கொஞ்ச நேரத்துல நைட் ரவுண்ட்ஸ் வந்துருவாரு. அவரு வந்து இதப் பாத்தாருனா, தேவையில்லாம கேஸ் போட வேண்டியது வரும். அப்புறம் ஜெயிலுக்குத்தான் போகணும் பாத்துக்கோங்க.'' போலீஸ்காரர் கோபமாகச் சொன்னார்.

போலீஸ் வாகனத்தைப் பார்த்தவுடனேயே ஜீன்ஸ் சட்டைக்காரன் மெல்ல பேருந்து நிறுத்தத்திலிருந்து நகர ஆரம்பித்தான். அருகே காவலர்களின் விரட்டலை வேடிக்கைப் பார்த்துக்கொண்டிருந்த அனைவருமே காவலர்களைப் பார்த்து அமைதியாயினர். வீணாவையும், என்னையும் ஒருமாதிரியாகப் பார்த்தனர்.

“சரிங்க சார் போயிடுறோம்..'' என்று சொல்லிக்கொண்டே வீணாவுடன் சேர்ந்து அங்கிருந்து நகர்ந்தேன். ஏற்கனவே தாமதமாக வந்ததில் கோபமாயிருந்த எனக்கு அந்தக் காவலரின் மிரட்டலும் விரட்டலும் அன்றைய நாள் வருமானத்தை இல்லாமல் செய்து விட்டது மேலும் எரிச்சலைக் கொடுத்தது.வீணாவை முறைத்தவாறு சாலையைக் கடந்து அதன் எதிர்ப்பக்கம் காலேஜ் ஹவுஸ் சாலையை அடைந்தேன். அவளும் என்னோடு சேர்ந்து நடந்து வந்தாள்.

“இதுக்குத்தான், பேசாம பம்பாய் மாதிரி தனியா ‘ரெட்லைட்’ ஏரியா ஏற்பாடு பண்ணிக் கொடுத்துட்டா இந்த போலீஸ், கேஸ், ரைடு பிரச்சினைன்னு எதுவும் இருக்காது. பஸ்ஸ்டாப், பஸ் ஸ்டான்ட், தியேட்டருன்னு எவனுக்காகவும் காத்திருக்கத் தேவையில்ல. தேவை இருக்குறவன் நேரா வந்துட்டு அவன் தேவையை முடிச்சுக்கிட்டுப் போயிடப் போறான். குடிக்குறவனுக்கு ஒயின்ஷாப்பும் பாரும் இருக்கிற மாதிரி. எதுக்கு இந்த நாயி பொழைப்பு. ச்சீ...'' ரொம்பவும் அறிவுப்பூர்வமா பேசுன வீணாவைப் பார்த்து முறைக்கத்தான் தோணியது.

“நீ சீக்கிரமா வந்திருந்தா இந்நேரம் ஒரு பார்ட்டியாவது முடிஞ்சிருக்கும். ஒன்னாலதான் எல்லாமே'' என்றேன்.

“நான் என்ன பண்ணுனேன். எல்லாம் அவளாலதான். கண்ணகியாட்டம் ஒருத்தி இருக்கிறாளே. இந்தத் தொழில் பாக்குறவங்களுக்கு அவ பூவியாபாரம் பண்ண மாட்டளாமாம்.” பூக்கடை மஞ்சுளாவோடு ஏற்பட்ட வாய்த்தகராறு நேரத்தை வீணாக்கிவிட்டதோடு இன்றைய பிழைப்பையே பாதித்துவிட்டதையும் சொல்லி வீணா சலித்துக்கொண்டாள்.

அவள் சலித்துக்கொள்வதில் எந்த நியாயமுமில்லை. “நீ ஏண்டி அவ குணம் தெரிஞ்சிருந்தும் அவகிட்ட மல்லுக்கு நின்ன? பொன்னம்மாகிட்ட வாங்கி வச்சுட்டு வந்துருக்கலாம்ல. சரி வா... சீக்கிரமா பஸ்ஸ்டாண்டுக்குப் போகலாம். செகண்ட்ஷோ விடுறதக்கு இன்னும் நேரம் இருக்குது” என்றேன்.

“லலிதா, பஸ்ஸ்டாண்டுக்குப் போக வேணாம். அங்க போனா அந்த பூனைக்கண்ணன் இருப்பான். கக்கூசுக்கு வர்றவங்கிட்ட அம்பது ரூபாய்க்குப் போகச்சொல்லி நச்சரிப்பான்.'' சொல்லும் போதே வீணா அவளின் முகத்தை அருவருப்பாய் ஒரு மாதிரியாக வைத்துக்கொண்டாள்.

“அவன் கூப்பிட்டா வரமுடியாதுன்னு சொல்லுவோம். பூனைக்கண்ணனுக்கு நாம ஏன் பயப்படணும்? அவன் என்ன பெரிய தாதாவா! அவனைக் கண்டாலே எனக்குப் புடிக்காது.” இதைச் சொல்லும் போது என் உடம்பு விறைப்பானது.

“மாசக் கடைசியானா கைச்செலவுக்கு அவங்கிட்டதான வட்டிக்கு வாங்கப்போயி கையேந்தி நிப்போம். அவன் பேச்சக் கேக்கலைனா தேவைக்கு உதவ மாட்டான். வேற என்ன பண்றது. அவனுக்கு வந்த வாழ்க்கை. அந்த நாயி பெரியார் பஸ்ஸ்டாண்ட்ல இருந்த மாநகராட்சி கக்கூஸ ஏலத்துக்கு எடுத்ததுல இருந்து தங்க மோதிரம், தங்க்ச்செயினுன்னு செழும்பா அலையுது.” வீணாவின் பேச்சிலிருந்தது யதார்த்தம் என்றாலும் அவனிடம் அடங்கிப் போவதில் எனக்கு உடன்பாடு இல்லை. பூனைக்கண்ணனுக்கு மட்டுமில்லை. எந்த ஆணுக்கும் அடங்கிப்போக எனக்கு விருப்பமில்லை. பெரிய ரவுடிகள் எல்லாம் வந்து அழைத்தால் கூட வரமாட்டேன் என மறுத்துச் சொல்லிவிடுவேன். இவனுக்கு மட்டும் ஏன் பயப்பட வேண்டும். உடலை விற்றுச் சம்பாதிக்கும் தொழில்தான். சமூகத்தில் ஒவ்வொருவரும் எதோவொரு வேலை செய்து தங்கள் வாழ்க்கையை நடத்துகிறார்கள். அதுபோல, நான் இந்தத் தொழில் செய்கிறேன். அதற்கென்ன?

கொஞ்ச நாட்களுக்கு முன்னால் ஏதோ ஒரு தொண்டு நிறுவனத்திலிருந்து வந்த சிலபேர் நடத்திய கூட்டத்திலும் அதைத்தான் சொன்னார்கள். பாலியல் தொழிலில் ஈடுபடுவோரைச் சங்கமாக ஒருங்கிணைக்க வேண்டுமென்றும், அவர்கள் அனைத்து மனிதர்களுக்கும் சமமான உரிமைகளை உடையவர்கள் என்றும் பேசினார்கள். சரிதானே! அவர்கள் இந்தத் தொழிலிருந்து விடுபட்டு வேறொரு தொழிலைத்

தேர்ந்தெடுக்கும் வழியைக் குறித்து சிந்திக்க வேண்டுமென அழுத்தமாய் சொன்னார்கள். சரியான பாதுகாப்பில்லாமல் எய்ட்ஸ் போல பால்வினை நோய்களுக்கு ஆட்பட்டவர்களை ஆதரிக்க வேண்டியது அவசியம் என்றனர். தந்தை இவன்தானென்று குறிப்பிட்டுச் சொல்ல முடியாமல் பிறந்த குழந்தைகளை இந்தச் சூழலிலிருந்து விடுவித்து கல்வி கற்பித்து அவர்கள் சமூகத்தில் நல்ல நிலையை அடைவதற்கு நிறைய திட்டங்களை நடைமுறைப்படுத்துவதாகவும் கூறினார்கள்.

நான் எனக்கென ஒரு திட்டம் வைத்திருந்தேன். அதுவே என் வாழ்க்கை நோக்கம். தொழிலில் சம்பாதித்த பணத்தில் கொஞ்சம் சேமித்து வைக்க வேண்டும். அந்தப் பணத்தில் எனக்கென ஒருவனைத் திருமணம் செய்து கொண்டு ஒரு சராசரி குடும்ப வாழ்க்கையை நடத்த வேண்டும். அதற்காகதான் இப்படி வீதிவீதியாய் அலைந்து நொம்பலப்பட வேண்டியதிருக்கிறதே! பஸ்ஸ்டாப், பஸ்ஸ்டாண்ட், தியேட்டர் என்று அலையாமல் ஏதோவொரு பெரிய தரகரோடு இணைந்து பெரிய ஹோட்டல், வீடுகளில் தொழிலை நடத்தினால் நல்ல வருமானம் இருக்கும். இன்னும் கொஞ்ச வருடங்கள் தொழில் செய்துவிட்டு இதிலிருந்து விலகிக்கொள்ள வேண்டும். தரகர் கிருஷ்ணனிடம் தனக்கு ஏதாவதொரு வாய்ப்பைத் தருமாறு அவ்வப்போது தொடர்பு கொண்டு கேட்காமலில்லை. அவனும் "இருக்கிற உருப்படிகளுக்கே கஸ்டமர் கிடைக்கவில்லை. தேவைப்படும் போது அழைக்கிறேன்" எனக்கூறி தட்டிக் கழித்தே வந்தான். என்னைப் போன்ற லோக்கல் பஸ்ஸ்டாண்ட் கிராக்கிகளைத் தொழிலில் இறக்கினால் அவன் தொழில் தொய்வடைந்து விடுமென்பது அவனது கணக்கு.

இப்படிப் போன சிலரில் வாடிக்கையாளரின் மனைவியாகவோ, துணைவியாகவோ, தாலிகட்டாத வைப்பாட்டியாகவோ வாழ்க்கையை அமைத்துக்கொண்டவர்களும் உண்டு. எனக்கு அப்படியொரு வாய்ப்பு வந்தால் தாலிகட்டிய மனைவியாக மட்டுமே செல்வேன். அதில் திட்டவட்டமாய் இருக்கிறேன். துணைவியாகவோ, வைப்பாட்டியாகவோ போனால் அழைத்துப் போனவனின் மனைவியோடும், பிள்ளைகளோடும் எப்போதும் சண்டை போட்டுக்கொள்வதிலியே நிம்மதி போய்விடும். அதுமட்டுமில்லாது, எதற்கு இன்னொரு குடும்பத்தின் வாழக்கையைக் கெடுத்து நாம் வாழவேண்டும்?

நான், வீணா, இருவரும் நின்றிருந்ததைப் பார்த்து பெரியார் பஸ்ஸ்டாண்டின் மூலையிலிருந்த சந்திரா தேநீரகம் கடையை நோக்கி மார்க் வந்தான்.

"என்ன இந்நேரத்துல ரெண்டு பேரும் இங்க நிக்கிறீங்க? முதல் போணி முடிஞ்சிருச்சா?" புருவத்தை மேலே உயர்த்தி மார்க் நக்கலாகக் கேட்டான்.

“ஏன் எங்க வயித்தெரிச்சல்ல வந்து விழுகுறடா?'' என முறைத்தாள் வீணா. லேசாகக் கண்ணடித்து மறுபடியும் புருவத்தை உயர்த்தி என்ன ஆச்சு என்பது போல கைசைகையாலே என்னைப் பார்த்துக் கேட்டான்.

“புது டிசி வந்துட்டாராம்.. கெடுபிடி கொஞ்சம் அதிகமாத்தான் இருக்கும். நம்ம பொழைப்பு கொஞ்ச நாளைக்கு ஈயாடத்தான் செய்யும்” அவனின் சைகைக்குப் பதில் சொன்னேன்.

“உங்களையும் வீட்டுக்கு அனுப்பிட்டாய்ங்களா? நம்ம ஆறுமுகம் ஏட்டையா வந்து புது டிசி நைட் ரவுண்ட்ஸ்ன்னு சொல்லி என்னையும், காந்தியையும் நிக்கக்கூட விடாம வெரட்டி விட்டுட்டாப்ல. மீறி இருந்தா உள்ள போக வேண்டியதுதான்னு மெரட்டுறாரு.'' மார்க் சொல்லி முடித்த மறுநொடியே வீணா, “அப்புறம் உன் மூஞ்சியில இருக்குற மார்க்கப் பாத்தா உள்ள போடாம என்ன பண்ணுவாய்ங்க'' என்று கிண்டலடித்தாள்.

“என்னைக்காவது நல்ல போதையில இருக்கும்போது சிக்குன, ஒனக்கொரு மார்க்க போட்டுருவேன்... அப்புறம் இப்படி பேசுவியா?'' கையால் முகத்தில் கீறலிடுவது போல செய்து காட்டிக்கொண்டே சொன்னான். அவன் பேசும் பொழுது வெளிப்படும் உடல்மொழியே அவன் சொல்ல வருகிற அனைத்தையும் சொல்லியது. பேச வேண்டிய தேவையில்லை போலிருந்தது. திருவேங்கடம் என்ற அவனது இயற்பெயர் அவனுக்கே மறந்து போயிருக்கும். காவல்நிலையம் மற்றும் சிறைக்கோப்புகளிலும் பளிச்செனத் தெரியும் அவனது உடல் அடையாளமான மார்க் என்ற பேரே அவனது இயற்பெயரைப் போலப் பதிவாகியிருந்தது.

அவனின் பதினான்கு வயதில் கோட்டைச்சாமி என்ற சப்இன்ஸ்பெக்டர் இருந்தபோது ஏகப்பட்ட பிக்பாக்கெட் புகார்கள் வந்தன. அதைக் கட்டுப்படுத்தச் சொல்லி போலீஸ் கமிஷனர் கொடுத்த அழுத்தத்தில் பலபேரைப் பிடித்து வழக்குப்பதிவு செய்து சிறைப்படுத்தினர். பிடித்து வைத்தவர்களைக் காவல்நிலைய லாக்கப்பில் வைத்து விசாரித்துக்கொண்டிருந்த போது கையை நீட்டி நீட்டிப் பேசிய இவனது உடல்மொழி கோட்டைச்சாமிக்கு எரிச்சலை உண்டாக்கியது. சின்னப்பயலாக இருந்துகொண்டு போலீசின் முன்னால் பயம், மரியாதை இல்லாமல் பேசுகிறான் என்ற கோபத்தால் அடி பின்னியெடுத்தனர். அடித்த அடியோடு இடது காதிலிருந்து உதட்டுக்குக் கீழே நாடி வரைக்கும் ஒரு கீறலையும் உண்டாக்கிவிட்டனர். அதுவரைக்கும் ‘வேங்கி' என்று அழைத்து வந்தவர்கள் ‘மார்க்' கைப் பிரபலப்படுத்தினர். பிக்பாக்கெட் அடிப்பதில் படுகில்லாடியாக ஆனானோ இல்லையோ, மார்க் என்ற பெயராலேயே படுகில்லாடியாகத் தெரிந்தான்.

மூவரும் டீவாங்கிக் குடிக்க ஆரம்பித்தோம். மூவர் மனதைச் சுற்றியும் போலீஸ் நினைவுதான் சுழன்றுகொண்டிருக்க வேண்டும். இடையிடையே

ஒருவரையொருவர் பார்த்துப் புன்னகைத்துக்கொண்டோம். பஸ்ஸ்டாண்ட் வெறிச்சோடிக் கிடந்தது. எப்போதும் போலக் கூட்டம் இல்லை. நின்றிருந்த சிலரை நோக்கி நானும் வீணாவும் நோட்டம்விட்டோம். எவரும் திரும்பிப் பார்க்கவில்லை. திரும்பிய ஒருசிலருக்கும் சமிக்ஞை கொடுத்தோம். எவரும் சட்டை செய்யவில்லை.

“ராத்திரி பஸ்ஸ்டாண்டுல தொழில் நடக்காதுன்னு தெரியாதா? மத்தியானமும், சாயங்காலமும்தான் பஸ்ஸ்டாண்டுல நல்லா மாட்டுவாய்ங்க. வாங்க தியேட்டருக்குப் போய்ப் பாப்போம். உறுதியா எவனாவது சிக்குவான். ஒரு பார்ட்டி சிக்கினாக்கூட ஒருநாள் பொழைப்பு அப்படியே சுளுவா ஓடிப்போயிரும்” மார்க்கு எங்கள் இருவரையும் அழைத்தான்.

“உனக்கென்னடா ஒரு ஆள நிப்பாட்டுனா வேணும்ங்கிறத சம்பாதிச்சுட்டுப் போயிருவ. ஒருத்தன் இஷ்டப்பட்டு வந்தாத்தான் எங்களுக்குப் பொழப்பு. உன்னைய மாதிரி வலுக்கட்டயமா எடுறா, குடுறான்னு சொல்ல முடியுமா?’’ எங்கள் தொழிலின் சிக்கலைப் பெருமூச்சோடு சொன்னாள் வீணா.

“ஏ...ய் வீணா... நீ பம்பாயிலிருந்து இப்போதான வந்திருக்க. உனக்கு என்னைப் பத்தித் தெரியாது. நான் வழிப்பறியெல்லாம் பண்ணமாட்டேன். அதெல்லாம் ரொம்ப ரிஸ்க்கு. எவனுக்கும் தெரியாம போனோமா. பர்ஸையோ, பணத்தையோ அடிச்சோமான்னு வந்துருவேன். காந்திதான் ரெண்டையும் பண்ணுவான். மொகத்தைக் காட்டி, சாமானக் காட்டிப் பணம் சம்பாதிக்குற அந்த ரிஸ்க்கே நமக்கு வேணாம் சாமி. ஒன்லி பிக்பாக்கட். பணத்தப் பறிகொடுக்கறவனுக்கே அடிச்சது தெரியக் கூடாது.’’ அவனுக்கே உரித்தான உடலை வளைத்து நெளித்தும் கை சைகையோடும் பேசின வார்த்தைகள் மார்க்கை நடனக்கலைஞனோ என நினைக்க வைத்தது. ‘ஒன்லி பிக்பாக்கட்’ எனும்போது மட்டும் மிகவும் அழுத்தமாகவும், கறாராகவும், மகிழ்ச்சியாகவும் புன்னகை புரிந்தவாறே சொன்னான். அவன் பேசுவது தன்னைக் குத்திக்காட்டி இரட்டை அர்த்தத்தில் பேசுவதுபோல இருந்ததால் வீணா முறைத்துக்கொண்டே இந்தியில் அவனை ஏதோ கெட்டவார்த்தையில் வைதாள்.

“ஏய்... ஏய்... பேச்சைக் கொறை. கௌம்பிப் போய் அவங்கவங்க வேலையைப் பார்ப்போம். லேட்டாச்சுனா.. அப்புறம் சோத்துக்கு சிங்கியடிக்கனும்“ அவளின் இந்தி வார்த்தையை மறித்து மூவரும் கிளம்புவோம் என சைகை செய்தான்.

“அதான் டிசி நைட்ரவுண்ட்ஸ் இருக்குல்ல. அங்க போயும் நிக்க முடியாதுல்ல.’’ வீணா சந்தேகத்தைக் கிளப்பினாள்.

“நீ... பாம்பேக்குத்தான் பழசு. மதுரைக்குப் புது டிக்கெட்டு. ஒனக்கு ஒண்ணும் தெரியாது. பேசாம வரமாட்டியா? ரொம்பப் பேசுற.’’ என மார்க்கு

அழைத்தான். ஊருக்கு கொஞ்ச நாட்களுக்கு முன்புதான் வந்திருந்ததால் அவன் திட்டம் அவளுக்குப் புரியவில்லை.

"டிக்கெட் எடுத்துட்டு தியேட்டருக்குள்ளப் போயிறலாம். இடைவேளை விடுறதுக்கு முன்னாலேயே உள்ள போனா ரொம்ப நல்லது. இப்பவே நேரமாயிடுச்சு. சீக்கிரம் போகலாம்." வீணாவின் கையைப்பற்றி இழுத்துக்கொண்டு நகர்ந்த போதுதான் அவளுக்குப் புரிந்தது மாதிரி, "லலிதா, அப்படியா! தியேட்டருக்குள்ளப் போலாமா?" என்பதைப்போல முகத்தில் வியப்பைக் காட்டினாள் வீணா. தியேட்டரை நோக்கி மூவரும் கிளம்பினோம்.

மூவரும் தியேட்டரை அடைந்தோம். எங்கள் இருவரின் ஒப்பனையும், மார்க்கின் கீறலும் தியேட்டர் வாட்ச்மேனுக்கு ஒருவித அருவருப்பை உண்டு பண்ணியிருக்க வேண்டும். அவன் முகத்தில் அருவருப்பைவிட பயம் மேலோங்கியிருந்தது. எவ்வளவு கெஞ்சியும் தியேட்டர் வாட்ச்மேன் மூவரையும் உள்ளே அனுமதிக்க மறுத்துவிட்டான். இடைவேளைவிடப் போகிறது. அதனால்விட முடியாதெனக் காரணம் சொன்னான்.

நான் தியேட்டர் மேனேஜர் அண்ணாமலைக்கு என் கைப்பேசியில் போன் செய்தேன். அண்ணாமலை நான் இந்தத் தொழிலுக்கு வந்த புதிதில் என்னிடம் வந்தான். அண்ணாமலை தொழிலுக்குப் புதிதாய் வந்தவர்களோடு மட்டுமே உறவு வைத்துக்கொள்வான். அந்தப் பெண்ணைத் தொடும் முதல் ஆளாகத் தான் இருக்க வேண்டுமென்றே விரும்புவான். புதிதாய் வருபவர்களே எந்த நோயும் அண்டாது பாதுகாப்பாய் இருப்பார்கள் என்ற இன்னொரு காரணத்தையும் ஒருமுறை நண்பர்களிடத்தில் கூட்டாக வந்திருந்த சமயம் பகிர்ந்துகொண்டான். 'முதல் நாள் முதல் காட்சி' பழக்கம் தியேட்டரில் பணிசெய்யும் காரணத்தால் வந்திருக்கலாம் என்று நண்பர்கள் பதிலுக்குக் கிண்டல் செய்தனர். அந்தக் கிண்டலை ரசித்து அவனும் சிரித்துக்கொண்டான். அவனிடம் நான் பேசி வைத்த மறுநிமிடமே கேட்டிலிருந்த தொலைபேசி ஒலிக்கத் தொடங்கியது. தொலைபேசியில் பேசிய வாட்ச்மேன் முகம் மாறியது.

"மேனேஜரு டிக்கெட் வாங்கிட்டுதான் உள்ளவிடச் சொன்னாரு" என்றான் வாட்ச்மேன். டிக்கெட்டுக்குரிய பணத்தைக் கொடுத்தோம். அவன் உள்ளிருந்து திரும்பி வருவதைப் பார்த்து டிக்கெட்டை வாங்குவதற்காகக் கையை நீட்டினேன். வாட்ச்மேன் டிக்கெட்டை வாங்கி வந்து மார்க்கிடம் கொடுத்தான். எங்கள் கையைத் தொட்டுவிடக் கூடாதென நினைத்தவன் போல நடந்துகொண்டான்.

தியேட்டருக்குள் சென்றோம். தியேட்டர் மேனேஜர் அண்ணாமலை கடைபிடித்து வரும் 'முதல் நாள் முதல் காட்சி' கொள்கையை அவர்கள் இருவருக்கும் சொல்லி ஒருவரையொருவர் பார்த்துப் பெரிதாகச் சிரித்துக்கொண்டோம்.

“நானும் புதுசுதானே. எங்கிட்ட எப்பவும் வரல.’’ அப்பாவியாய் கேட்டாள் வீணா.

“நீ ஊருக்கு புதுசு. தொழிலுக்குப் புதுசா?’’ வழக்கம்போல அவளுக்கு எதிர்கேள்வி போட்டான் மார்க்கு.

“தொழிலுக்குப் புதுசுன்னு வர்ற பலபேரு அவங்க குடும்பத்துலயோ ஊருலயோ ஏதோவொரு ‘முதல் நாள் முதல் காட்சிய’ முடிச்சிட்டுத்தான் வர்றாங்க. இந்தத் தொழிலுக்குப் புதுசா வர்ற எல்லாருக்குமே இது ரெண்டாம் காட்சிதான். சிலபேருக்குப் பலநாள் ஓடி படம் ஹிட்டாகும். பல பேருக்குப் படம் கொஞ்ச நாள்லயே ஃப்ளாப் ஆகும்.’’ தொழிலின் ஆழ அகலங்களை நன்கறிந்த வீணா யதார்த்தத்தைப் பேசினாள்.

வீணாவின் பேச்சு மார்க்குக்கு அவன் அம்மா அப்படி தோல்வியடைந்ததோடு மட்டுமில்லாமல் இளம் வயதிலியே எய்ட்ஸ் நோய் வந்து இறந்துபோன ஞாபகத்தைக் கிளறிவிட்டதென்று நினைக்கிறேன். அவன் முகம் போன போக்கில் அது தெளிவாகத் தெரிந்தது.

‘ம்ம்…’ வீணாவின் தோளைத் தட்டி இடைவேளைவிட்டு அனைவரும் கூட்டம் கூட்டமாக வெளியே வருவதைச் சுட்டிக் காட்டினேன். மூவரும் விரைவாகச் சென்று கூட்டத்தோடு கலந்துவிட்டோம். ஒரு கூட்டம் பாப்கான் வாங்குமிடத்தில் நெருக்கியடித்துக்கொண்டு நின்றது. நீட்டி நின்ற ஒவொருவரின் கையிலும் ஐம்பது ரூபாய், நூறு ரூபாய், ஐந்நூறு ரூபாய், ஆயிரம் ரூபாய் என நோட்டுகள் இருந்தன.

கூட்டத்தில் உள்ளவர்களின் சட்டைப்பையையும், பேண்ட்டின் பைகளையும் நோட்டம்விட்டான் மார்க்கு. அப்போதுதான் தன் பையில் இருந்து மொத்தப் பணத்தையும் எடுத்த ஒருவர் ஒருநூறு ரூபாயை மட்டும் ஒருகையில் எடுத்துக்கொண்டு மீதிப் பணத்தை சட்டையின் மேல்பையில் வைத்தார். அதைக் கவனித்த மார்க்கு, அந்தக் கூட்டத்தில் அவனும் ஒருவனாக இணைந்து பணத்தை எடுக்கும் முயற்சியில் ஈடுபட்டான்.

வாடாமல்லி நிற டி-ஷர்ட் போட்டு சிவப்பாக இருந்த இளைஞனுக்கு வீணா புன்னகையை வீசினாள். தனது சைகையால் அவனை உசுப்பேற்ற சில நிமிடங்கள் எடுத்துக்கொண்டாள். திருமணமானவர்கள் என்றால் இவ்வளவு நேரம் தேவையில்லை. திருமணமாகாத இளைஞர்களை உசுப்பேற்ற கொஞ்சம் நேரமெடுத்துக்கொள்ள வேண்டும் என்பதை அறிந்தவள் அவள். கூச்சமும் அச்சமும் நிரம்பிய விடலைகள். இந்த விசயத்தில் தெளிவில்லாதவர்கள். அவனின் பதில் சிரிப்பு சுழன்றுகொண்டிருந்த புகைக்கூட்டத்திற்கு நடுவே நின்றிருந்த அவனை நோக்கி வீணாவை முன்னேறச் செய்தது. அவளுக்கு ஒருவன் கிடைத்துவிட்டான். அவளை வேடிக்கை பார்த்துக்கொண்டே என் வேலையை மறந்து விட்டேன்.

நான் ஒரு ஜீன்ஸ் சட்டைக்காரன் மீது பார்வையைச் செலுத்தியிருந்தேன். ஆனால் பஸ்ஸ்டாப்பில் நின்றிருந்த அதே ஜீன்ஸ் சட்டைக்காரன் கிடையாது. இவன் வேறொரு ஜீன்ஸ் சட்டைக்காரன். ஜீன்ஸ் சட்டை அணிந்த காரணத்தினால்தான் என் கண்ணில் இவன் தென்பட்டிருக்க வேண்டும். 'ஒருமுறை தவறவிட்டதை இன்னொரு முறையும் தவறவிடாதே' என்று உள்மனம் சொல்லியது. தவறவிடக் கூடாதென்ற உறுதி பூண்டவள் போல நிமிர்ந்தது என் மேனி. கொஞ்சம் தளுக்கும், குழைவும் இருக்குமாறு பார்த்துக்கொண்டேன். அவனிடத்திலிருந்து எந்தப் பதிலும் இல்லை. உணர்ச்சியற்ற ஜடம் மாதிரி அங்குமிங்கும் திரிந்தான்!

வலது பக்கத்தில் இருந்த அந்த அலமாரியை விருதுக் கேடயங்களும், பரிசுக்கோப்பைகளும் முழுவதும் அலங்கரித்தது. அதை வேடிக்கை பார்த்துக்கொண்டு அங்கு நின்றிருந்தவர்கள் நூறு நாட்கள், இருநூறு நாட்கள், வெள்ளிவிழா, பொன்விழா கண்ட திரைப்படங்களின் கதையையும் அதன் சிறப்பையும் பற்றிப் பேசிக்கொண்டிருந்தார்கள். அங்கே நின்றிருந்தாலும் அந்தக் கேடயங்களில் கோப்பைகளில் எந்தக் கவனத்தையும் செலுத்தாமல் ஒரு தாடிக்காரன் அங்கும், இங்கும் திரும்பிப் பார்த்துக் கொண்டிருந்தான். தாடியைவிட அவன் முகத்தில் சோகமே நிறைந்திருந்தது. அவன் இடதுபக்கம் திரும்பியபோது சற்று தூரத்தில் நின்றிருந்த நான் தென்படுவது போல நின்றிருந்ததைப் பிறகுதான் கவனித்தேன். தாடிக்காரனைப் பார்த்தால் சொத்து சுகத்தை அழித்து வீதிக்கு வந்த பரதேசி மாதிரி தெரிந்தான். அவன் பார்வையைத் தவிர்த்து ஜீன்ஸ் சட்டைக்காரனை நோக்கி முழுஉடலையும் அவன் கவனிக்குமாறு கொஞ்சம் திரும்பி நின்றேன். மீண்டும் தாடிக்காரனின் பார்வை என்னைக் குறுக்கிட்டது. என்னைக் கவனிக்கத் தொடங்கினான்.

தாடிக்காரன் பெரிய அனுபவசாலியாய் இருக்க வேண்டும். எளிதில் என்னைக் கண்டுகொண்டான். அவனும் அதற்காகத்தான் காத்திருந்தவன் போல என்னை நோக்கி நடந்து வந்தான். என்னிடம் வந்து முகத்திற்கு நேரே தன்னைக் காட்டிக்கொண்டு நின்றான். 'போடா... அந்தப் பக்கம்' என்பதைப் போல முறைத்தேன். இடையில் வந்து நின்றவனின் முகத்தை ஒதுக்கிவிட்டு ஜீன்ஸ் சட்டைக்காரன் மீதே என் அஸ்திரங்களைத் தொடர்ந்து பிரயோகித்தேன். நான் கண்டுகொள்ளாததால் தாடிக்காரன் என்னைப் பார்த்து சிரித்தான். சிரித்தவனை மறுபடியும் பார்த்தேன். ஒழுங்காகப் பணம் கொடுப்பவன் போலத் தெரியவில்லை.

தாடிக்காரன் சிரிப்பிற்குப் பதில் சொல்லவில்லை. அவனைப் புறக்கணித்தேன். என்னைப் புரிந்து கொண்டவன் மாதிரி என்னருகே வந்து "எவ்வளவு?" எனக் கேட்டான். அருகில் வந்த போதுதான் தாடிக்காரன் முகத்தையும் தோற்றத்தையும் கவனித்தேன்.

தாடியை ஊடுருவி அவனின் தோற்றத்தை எடைபோட்டதில் முப்பத்தைந்து வயதிருக்கும் என்று தெரிந்தது. நல்லவனாகத் தெரிந்தான். "ஆயிரம் ரூபாய்." யாரும் கேட்டுவிடாதபடி குரலை சின்னதாக்கி மெதுவாகச்

சொன்னேன். சட்டைப்பையிலிருந்த பணத்தை எடுத்தான். அதிலிருந்து ஆயிரம் ரூபாய் தாளை எடுத்துக் கொடுத்தான். கேட்ட வேகத்தில் அவன் பணத்தை எடுத்துக் கொடுத்ததில் ஆச்சரியம். தப்புக்கணக்கு போட்டுவிட்டேன் என்று உறைத்தது.

இந்தக் கூட்டத்திற்கும், இரைச்சலுக்கும், சலசலப்புக்கும் நடுவில் இப்படியொரு வியாபாரம் நடந்ததையும், பேரம் படிந்து பணப்பரிவர்த்தனை முடிந்ததையும் யாரும் அறியவில்லை. இவ்வளவு விரைவாக, அமைதியாக ஒரு வணிக ஒப்பந்தம் போடப்பட்டது பற்றி அங்கு உலவிக்கொண்டிருந்த கூட்டத்திற்குச் சிறிதளவும் தெரிந்திருக்கவில்லை. எங்கள் இருவரின் தோற்றமும் உரையாடலும், கொடுக்கல் வாங்கலும் தொழிலுக்கானது போல இல்லையென்ற காரணமாய் இருக்கும். ஒருவேளை எவரேனும் உற்றுக் கவனித்திருந்தாலும் சுற்றியிருந்தவர்களுக்குக் கணவன் மனைவியிடம் பணம் கொடுத்ததைப் போலத்தான் தெரிந்திருக்கும். எங்களின் அணுகுமுறையில் அப்படியொரு இயல்பு. இருவருக்கும் அத்தனை அனுபவமோ!

"உன் பேரென்ன?" தாடிக்காரன் கேட்டான்.

"லைலா."

"நீ பொய்யாய் சொன்ன ஒன்னோட பேரு ஒனக்குப் பொருத்தமா இல்ல."

"நீங்க எந்த பேரு வச்சுக் கூப்பிட்டாலும் எனக்கு ஆட்சேபனை கெடையாது." உண்மையான பேரை மறைத்துச் சொல்லுவது எங்கள் தொழில் வழக்கம் என்பது அவனுக்குத் தெரிந்திருக்கிறது.

"இனிமே உன்னோட பேரு மலர்" என்றான். நான் சிரித்துக்கொண்டேன்.

"சரி கிளம்பலாம்" என்று நான் நகர்ந்தேன்.

"தியேட்டருக்குள்ள போய் படம் பாக்கலாம்" என்றான். எனக்கு ஆச்சரியமாய் இருந்தது.

"அதுக்கெல்லாம் நேரம் கிடையாது." முடித்துக்கொண்டு அடுத்த வாடிக்கையைப் பார்த்துப் போகவேண்டுமென அவசரப்படுத்தினேன்.

அவன் இன்னொரு ஆயிரம் ரூபாயை எடுத்து என் கையில் திணித்தான். இரண்டாயிரம் ரூபாய் சம்பாதித்ததில் உள்ளூர மகிழ்ச்சி. வழக்கமாக ஐநூறு ரூபாயில்தான் பேரத்தை ஆரம்பிப்பேன். ஐந்நூறு ரூபாய்க்கேப் பலரும் பேரம் பேசுவார்கள். பேரம் பெரும்பாலும் முந்நூறு ரூபாய்க்குப் படியும். தொழில் மந்தமாக இருக்கும் காலங்களில் இருநூறு ரூபாய்க்கும் போவது வழக்கம்.

தாடிக்காரனைத் தூரத்திலிருந்து பார்த்தபோது பணம் கொடுப்பவன் போலத் தென்படாததால் அவனைத் தவிர்ப்பதற்காகவே ஆயிரம் ரூபாய்

கேட்டேன். தியேட்டருக்குள் சென்று அவனோடு அமர்ந்து படம் பார்க்கத் தொடங்கினேன். திரையில் ஓடிக்கொண்டிருந்த காதல் காட்சி அவனின் மனதுக்குள் கோழி இறகைக் காதுக்குள்விட்டுச் சுழற்றும் குறுகுறுப்பையும், சுகத்தையும் தந்தது போல நளினத்துடன் அசைந்தான்.

அவன் திரைப்படத்தில் அப்போது ஓடிக்கொண்டிருந்த ஒரு காட்சியைப் பற்றிப் பேச ஆரமபித்தான். அதில் அவனுக்குப் பிடித்த அந்தக் காட்சிக்கான பின்னணி இசையைப் பற்றிச் சொன்னான். அப்படியே தொடர்ந்தான். அவனுக்குப் பிடித்த இசை, பாடல், பாடலாசிரியர், பாடல் வரிகள், பாடகர், படம் என்று விரித்துக்கொண்டே போனான். ஒரு காட்சியில் தொடங்கிய பேச்சு அவனின் வாழ்வில் நடந்த பல சம்பவங்களை அவளிடம் சொல்லிக்கொண்டே வளர்ந்தது. என்னுடைய வாழ்க்கையைப் பற்றியும், என் விருப்பங்கள் குறித்தும் கேட்டான். அவன் கேட்ட எல்லாக் கேள்விகளுக்கும் பொய்யான பதில்களையே சொன்னேன்.

அவன் பேச்சு தடம்மாறி எங்கெங்கோ சென்றது. எதையெதையோ சொல்லி சிலாகித்தான்; சிரித்தான்; கோபமானான்; எரிச்சலடைந்தான். பெருமூச்சுவிட்டான்; அவன் பேசுவது எதுவும் எனக்குப் புரியவில்லை. என்ன பேசினாலும் அவன் ரசித்து ரசித்துப் பேசினான். ஒரு விசயத்தை, சம்பவத்தை மிகவும் அழகாக வருணித்தான். அவன் குரலும் சொல்லும் விதமும் என்னை வசீகரித்தது. ‘வாழ்தல் வசீகரமானது’ என்பதை மட்டும் திரும்பத் திரும்பச் சொன்னான். அவனின் பேச்சில் நானும் மெய்மறந்து போனேன். அவன் தனக்குப் பிடித்த, தான் ரசித்த விசயங்களைப் பேசிக்கொண்டே இருப்பதில் விருப்பமுள்ளவனாக இருந்தான்.

‘யார் இந்தத் தாடிக்காரன்?’ என மனம் அவனைப் பற்றியே சிந்தித்துக்கொண்டிருந்தது. எத்தனையோ வாடிக்கையாளர்களைப் பார்த்த எனக்கு அவன் ஒரு விசித்திரமாகத் தென்பட்டான். இரண்டாயிரம் ரூபாய் கொடுத்து அவன் எதற்காக என்னை இங்கு அழைத்து வந்தான் என்ற கேள்வி என் மனதில் உண்டானது. ஒன்று மட்டும் தெளிவாகப் புரிந்தது. அவன் மற்றவர்களைப் போலத் தன்னுடைய உடல் சுகத்திற்காகத் என்னைத் தேடிவரவில்லை. எப்போதும் காமம் நிறைந்து தளும்பி வழிந்தோடும் வாடிக்கையாளர்கள்தான் எனக்கு அறிமுகம். இந்தக் கூட்டத்துக்கு நடுவில் காமஇச்சையில் அவன் அணுகவில்லை என்று உள்மனம் சொல்லியது. தாடிக்காரனுடைய ஆசைகளும், விருப்பங்களும் வேறானதாக இருந்தன. அவனின் ஆசைகள் மேகத்தைப்போல எப்போதும் ஓரிடத்தில் நிலைகொள்ளாமல் பயணித்துக்கொண்டேயிருந்தன. சந்தையில் பொருள் தேடித்திரியும் கிராமத்து மனிதர்களைப்போல சுற்றிக்கொண்டே இருந்தன.

ஒரு கட்டத்தில் என்னோடு பேசுவதிலும், பகிர்ந்துகொள்வதிலும் அளவில்லாத ஆனந்தத்தை அடைவதாகச் சொன்னான். அதைக் கேட்ட மாத்திரத்தில், அவனுடைய மயக்கும் பேச்சிலிருந்து விடுபட்டு சுயநினைவுக்கு வந்தேன். தியேட்டரைவிட்டு வெளியில் போகலாமென நினைத்தேன்.

வெளியில் மட்டும் வேறுமாதிரியாகவா இருந்து விடப் போகிறது. வெள்ளைத்திரையில் மோதி எதிரொலிக்கும் வெளிச்சம் இரண்டாம் காட்சியின் இருளோடு சண்டையிட்டுக்கொண்டு இருந்ததைப் போலத் தெரிந்தது. இரண்டாம் காட்சியின் சிறுவெளிச்சம் அவ்வப்போது பட்டுத் தெறித்தாலும் கொஞ்ச நேரத்திலேயே மறைந்துவிடுகிறது. திரையிலிருந்து பட்டுத் தெறிக்கும் கொஞ்சநேரத்து வெளிச்சத்தில் சிறிதாகத் தெரிந்த அவன் முகமும் தாடியும் பிரகாசமான கண்களும் கவர்ந்திழுத்து அவனைவிட்டு எங்கேயும் நகர முடியாதபடி என்னைப் பிடித்து இழுத்தது.

"சரி கிளம்பலாம்" என்றான் தாடிக்காரன்.

"எங்கே?" என்று கேட்டேன்.

"உனக்கு பணம் குடுத்துட்டு எங்க கூட்டிட்டுப் போவாங்க" என கேட்டபோது அவனின் முகத்தை நெருக்கத்தில் பார்த்தேன். காட்சி முடிந்து எல்லோரும் எழுந்து வெளியேற ஆரம்பித்தனர். கூட்டத்திற்குள் என் கையைப் பிடித்து இழுத்தபடி கூட்டத்தை இடித்துக்கொண்டு முன்னேறி நடந்தான். அவனின் இறுக்கமான பிடியில் வளையல்கள் மணிக்கட்டை அழுத்த எனக்கு வலி எடுத்தது.

உயிர் எழுத்து (டிசம்பர், 2017)

காந்தியின் சிரிப்பு

"வை ராஜா வை... ஒன்னு வச்சா ரெண்டு... ரெண்டு வச்சா நாலு... பத்து வச்சா இருபது..." ராகம் போல இழுத்தான் குரு. சுற்றியிருந்தவர்களை உசுப்பேற்றி தகர டப்பாவில் கட்டைகளை நகட நகட நகடவென்று குலுக்கினான். இருபது பேர் வரைக்கும் சுற்றி நின்று கும்பல் சேர்ந்திருந்தனர். தினமும் வரும் சிலர் தரையில் சம்மணமிட்டு வசதியாக உட்கார்ந்துகொண்டனர். குருவின் கையில் ரூபாய் நோட்டுகளும், சில்லறைக் காசுகளும். காந்தி எல்லா ரூபாய்த்தாள்களிலும் எப்போதும் சிரித்துக்கொண்டிருந்தார். குத்த வைத்து உட்கார்ந்திருந்தனர் சிலர். அசைந்தால் அதிர்ஷ்டம் போய்விடும் என்னும் நம்பிக்கையில் ஆடாமல், அசையாமல் சிலையாயிருந்தனர் சிலர். நின்றிருந்தவர்களில் பலபேர் குழுமியிருக்கும் கும்பலைப் பார்த்து என்ன ஏதென்று தெரிந்துகொள்வதற்காகக் கூடியவர்கள். வேடிக்கை பார்க்க வந்த சிலர் ஆர்வம் கூடி தங்கள் பாக்கெட்டுகளை, பர்ஸுகளைத் தடவி எடுத்து ஆடத்துவங்கினர். நின்றிருந்த கும்பலை மீறி உள்ளே புகுந்துவிட முயற்சி செய்த சூரியனின் ஒளி முழுதாக வெல்ல முடியாமல் கிடைத்த சிறுசிறு இடங்களில் வெளிச்சத்தைப் பாய்ச்சியது. நின்றிருந்தவர்களின் உருவங்கள் மீதிப் பரப்பை நிழலாக்கியது. ஆட்டத்திற்குள் நுழைந்து ஆடத் துவங்கிவிட்டால் நிழல் மட்டும்தான் மிச்சம். இந்த முடிவுகளைத் தெரிந்து ஆடுவோர் சிலர். தெரியாமல் ஆடுவோர் சிலர். இதைப் புரிந்தும் புரியாமலும் குழப்பத்தோடு ஆடுவோர் பலர். பெரும்பான்மை இந்த சாதிதான். கண்முன் நடக்கும் ஆட்டம். கையிலிருக்கும் காசு சடுதியில் மறைந்து போகும் மாய ஆட்டம். எத்தனை தந்திரங்களைச் செய்தாலும் போட்டிருக்கும் எல்லாவற்றையும் உருவிக்கொள்ளும் மர்ம ஆட்டம்.

ராஜா, ராணி, ஆர்ட்டின், டைமண்ட், ஸ்பேட், க்ளவர் என ஒரு பெரிய அட்டையில் ஆறு படங்கள். ஆறு பக்கங்கள் கொண்ட ஒவ்வொரு கட்டையிலும் ராஜா, ராணி, ஆர்ட்டின், டைமண்ட், ஸ்பேட், க்ளவர். ஒரு தகர டப்பா. மூன்று கட்டைகளையும் டப்பாவிற்குள் போட்டு நகட நகட நகடவென்று குலுக்கிக் கவிழ்த்துவான் குரு. ஒரே நேரத்தில் மூன்று கட்டைகளும் ஏதோ ஒரு படத்தைக் காட்டிக் கீழே கிடக்கும். ஒரு ராஜா, ஒரு ஆர்ட்டின், ஒரு க்ளவர் என விழலாம். இரண்டு ராஜா, ஒரு ஆர்ட்டின் கிடக்கலாம். மூன்றும் ராஜாவாக பிரம்மாண்டமாய் எல்லோரின் முகம் பார்த்து அதிகாரமாய் உம்மென்று முறைக்கலாம்.

“வை ராஜா வை... ஒன்னு வச்சா ரெண்டு... ரெண்டு வச்சா நாலு... பத்து வச்சா இருபது...” ராகம் போல இழுத்தான் குரு.

“டைமண்ட் இருவது ரூவா.” நான்கு ஐந்து ரூபாய் நாணயங்களை டைமண்ட் படத்தில் அடுக்கி வைத்தான். காவிநிறப் பற்களைக் காட்டிச் சிரித்தவன்.

“ராஜா மேல பத்து ரூபா.” கையில் மடித்து வைத்திருந்த நோட்டுகளில் ஒற்றைப் பத்து ரூபாய்நோட்டை மட்டும் உருவி எடுத்து ‘ராஜா’ படம் ஒட்டியிருந்த கட்டத்திற்குள் மெதுவாக வைத்து அழுத்தினான் கட்டம் போட்ட நீலநிற லுங்கி கட்டியிருந்தவன். காந்தி தன் பொக்கை வாயைக் காட்டிச் சிரித்தார். கையில் தூக்குவாளி இருந்தது. கடையில் காப்பி வாங்கிக் கொண்டு போக வந்தவன் நின்று விளையாட ஆரம்பித்து விட்டான். யார் யார் காத்திருப்பார்கள் என்ற கவலையையும் பதட்டத்தையும் சூது மறக்கடித்தது.

“க்ளவர் அம்பது.” ஐம்பது ருபாய் தாளை எத்துப்பல்காரன் ஒருவன் வைக்க அவனைத் தொடர்ந்து “நானும் க்ளவருக்கு அம்பது ரூபா” என்று தூக்கிப் போட்டார் அந்தக் கூட்டத்திலேயே வயதாகத் தெரிந்த பெரியவர். காந்தி எல்லாவற்றிலும் ஒரேவிதமாக சிரித்தார்.

“ஆர்ட்டினுக்கு அம்பது, க்ளவருக்கு இருபது ரூபா.” ரூபாய்த்தாள்களை இரண்டு கட்டங்களில் விசிறி விட்டு குத்த வைத்து உட்கார்ந்திருந்த வெள்ளைச் சட்டைக்காரன். தான் பரம்பரை சூதாடி என்னும் தோரணையில் பணத்தைப் போட்டு பெருவிரலை நடுவிரலில் வைத்து சொடுக்கி ஒலி எழுப்பி ‘டபுள் ஆர்ட்டின், ஒரு க்ளவர்னு உருட்டு’ என்றான். அவனுடைய செல்லமான நாய்க்குட்டிக்கு ஆணையிடுவது போல, தகர டப்பாவையும், மூன்று கட்டைகளையும் பார்த்து உத்தரவிட்டான். காய்த்துப் போயிருந்த உள்ளங்கைகளைத் தேய்த்துக்கொண்டான். மோதிர விரலில் அணிந்திருந்த வெள்ளி மோதிரம் தேய்ந்திருந்தது. சட்டைக்காலருக்குள் கழுத்தை ஒட்டி நீளவாக்கில் வைத்திருந்த கர்சீப்பை எடுத்து உள்ளங்கையில் சுருட்டிக் கொண்டு உருட்டப்படும் தகர டப்பாவையே கண்களை சுருக்கிப் பார்வையைக் கூர்மையாக்கி உற்று நோக்கினான்.

“வை ராஜா வை... ஒரு கட்டம் காலி. ராணி காலி. ராணி ட்ரிபிள் அடிச்சா காசு மொத்தம் கம்பெனிக்கு. நீங்க வச்சாத்தான் காசு.” சொல்லிக்கொண்டே ஒவ்வொருவர் முகத்தையும் பார்க்கிறான். “அம்பது வச்சா நூறு... நூறு வச்சா இருநூறு... ராணிதான் ட்ரிபிள் அடிக்கும். நூறு வச்சா முந்நூறு. வச்சாத்தான் காசு. துணிஞ்சவனுக்குப் பரிசு.” கூட்டத்தைச் சுண்டி இழுக்கும் ராகத்தை மறுபடியும் மறுபடியும் எடுத்துவிடுகிறான் குரு.

சில நொடிகள் தங்கியிருந்த அமைதியைக் குலைத்து, “ராணி அம்பது” என்று ஐம்பது ருபாய் நோட்டைத் தூக்கிப் போட்டார் திருநீறு, குங்குமம் பூசி ஓரத்தில் நின்றிருந்த வியாபாரி. சேலைகளை அடுக்கடுக்காய் வைத்துக் கட்டியிருந்த சைக்கிளை ஓரத்தில் நிறுத்தி வைத்துவிட்டுத் தன் யோகம் பார்க்க வந்திருக்கிறார். அவர் முகத்திலும் காந்தியைப் போல அழியாச் சிரிப்பு தேங்கியிருந்தது.

“அண்ணா, அந்தப் பணத்தை எடுத்து ராஜாவுல போடுங்க.” வியாபாரியின் பக்கத்தில் நின்றிருந்த ஊசிமூக்கும், முட்டைக்கண்ணும், ஒல்லிப்பிச்சான் உடம்பும் கொண்டவன். அவனைப் பார்த்து கிண்டலாகப் புன்முறுவல் செய்துவிட்டு ஆட்டத்தில் கவனத்தைச் செலுத்தினார் வியாபாரி.

குலுக்கிக் கவிழ்த்து வைக்கப்பட்ட தகர டப்பாவை ஒரு மந்திரவாதியைப் போல மெல்ல மேலெடுத்து கட்டைகளைப் பார்த்தான். “டபுள் ராஜா, ஒரு டைமண்ட். எல்லோரும் பார்த்துக்குங்க. டபுள் ராஜா, ஒரு டைமண்ட்.” எடுத்து அந்தந்தக் கட்டங்களில் வைத்துக் காட்டினான். மற்ற படங்களில் வைக்கப்பட்டிருந்த நோட்டுகளையெல்லாம் வழித்து எடுத்தான். “ச்சே” என்றொரு சத்தம். சொடுக்கி வந்த சத்தம் வேறுவிதமாக இருந்தது. சில பற்கள் நறநறவென அரைபட்டது கேட்டது. “டபுள் ராஜாவுக்கு பத்துக்கு இருபது. ஒரு டைமண்டுக்கு இருபதுக்கு இருபது.” எண்ணி நோட்டுகளை அந்தந்த கட்டங்களிலிருந்த பணத்தின் மீது போட்டான். காவிநிறப் பல் நீளமாய், சிகப்பாய் இளித்தது. தூக்குவாளியில் சூரிய ஒளி பட்டு மின்னியதில் சிரித்தான். நீலநிற லுங்கியை எடுத்து இறுக்கிக் கட்டி குத்த வைத்து உட்கார்ந்தான். யார் காத்திருப்புக்கும் இனி கவலையில்லை. ரூபாய்த்தாள்களை எடுத்து மடித்து கைகளில் சேர்த்து அடுத்த ஆட்டத்திற்குத் தயாரானான். காந்தியின் சிரிப்பில் எந்த மாற்றமுமில்லை.

ஒன்று என்றால் சமமான பணம். ஒன்னுக்கு ஒன்னு. பத்து வைத்தால் பத்து. டபுள் என்றால் பத்துக்கு இருபது. ட்ரிபிள் விழுந்தால் ஒன்றுக்கு மூன்று, பத்துக்கு முப்பது, நூறுக்கு முந்நூறு. எண்கள் பெருகப்பெருக மகிழ்ச்சியும் பெருகும் என்று தீர்க்கமான நம்பிக்கை கொண்டோர் ஓரிடத்தில் சேர்ந்து தம் அறிவையும், தந்திரங்களையும் முதலீடாக்கிக் கவனம் சிதையாமல் உருட்டுபவனோடு சேர்ந்து தம்மையும் உருட்டிக்கொள்கின்றனர். கட்டைகள் குலுங்கி ஆடும் போதெல்லாம் அங்குமிங்கும் மோதி தம்மையும் குலுக்கி எடுத்துக்கொள்கின்றனர்.

“நான் சொன்னா கேட்டீங்களா?” ஆத்மார்த்தமாக வியாபாரியோடு வேதனையைப் பகிர்ந்துகொள்ளும் தொனியில் சொன்னான் ஒல்லிப் பிச்சான்.

“ஏன்யா வேதனைய உண்டாக்குற. கொஞ்சம் சும்மா இருய்யா.”

“எனக்குத் தெரிஞ்சதை நான் சொல்றேன். நீங்க கேட்டீங்கனா உங்களுக்கு நல்லது.”

“ஒரு தடவை சரியாச் சொன்னா எல்லா முறையும் சரியா இருந்துடுமா?”

“நான் ஜோக்கர். நான்தான் இங்க பவர்ஃபுல். என்னை உன் ஆளா வச்சுக்கிட்டா உனக்கு லாபம். நிச்சயம் நீ வெல்வாய்!” ஒல்லிப் பிச்சானான ஜோக்கருக்குக் காந்தியைப் போல மகிழ்ச்சி ததும்பும் சிரிப்புப் பூத்த முகமில்லை. சலனமில்லாத சாந்தமான முகம்.

“உனக்கென்ன சகுனின்னு நினைப்பா?”

“நான் சகுனியுமில்லை. நீ தருமனுமில்லை. உன்னிடத்தில் பாஞ்சாலி இருக்கிறாளா?”

“வை ராஜா வை… அம்பது வச்சா நூறு… நூறு வச்சா இருநூறு… ஆயிரம் வச்சா ரெண்டாயிரம்…” ராகத்தை மேல்ஸ்தாயில் இழுத்தான் குரு.

சில நொடிகளுக்கு முன்னால் தொங்கிப் போன முகங்களில் மீண்டும் சுறுசுறுப்பு தொற்றிக்கொண்டது. குரு கட்டைகளை டப்பாவிற்குள் போட்டுக் குலுக்கும் அசைவைக் கண்களுக்குள் வீடியோவைப் போலப் பதிவு செய்துகொண்டனர். அவன் கவிழ்த்து வைத்ததும் பலரின் மூளைநரம்புகள் துடிக்க ஆரம்பித்தன. மறுபடியும் தந்திரங்கள், மாயம், மந்திரம், கணக்கு வழக்குகள் புரளத் தொடங்கின. அந்தச் சூழலைக் கண்களால் அளந்தனர். பத்து, இருபது, ஐம்பது, நூறு என ரூபாய் நோட்டுகள் ஒன்றன்மீது ஒன்றாக, ஒன்றன்பின் ஒன்றாக விழத் தொடங்கி ராஜா, ராணி, ஆர்ட்டின், டைமண்ட், ஸ்பேட், க்ளவர் என அந்தப் பெரிய அட்டையில் இருந்த ஆறு படங்களையும் பணத்தால் நிறைத்தனர். காந்தியின் சிரிப்பு எல்லா இடங்களிலும் பரவி நிறைந்திருந்தன.

“இப்போ டைமண்ட்ல பணத்தைப் போடு. நிச்சயம் நீ வெல்வாய்!” மறுபடியும் ஜோக்கரான ஒல்லிப் பிச்சான் வியாபாரியைப் பார்த்துச் சொன்னான். கேட்டவுடனே நம்பலாமா வேண்டாமா என்று சிறிது யோசித்தார் வியாபாரி. அவன் ஊசிமூக்கையும், முட்டைக்கண்ணையும், ஒல்லிப்பிச்சான் உடம்பையும் பார்த்து சந்தேகத்தோடு ‘டைமண்ட்ல அம்பது’ என்று வார்த்தைகள் உதிர அவர் கையிலிருந்து நழுவிய ஐம்பது ரூபாய் நோட்டு டைமண்ட் கட்டத்திற்குள் விழுந்தது.

பிரம்மாண்டமான அரங்கத்தின் மாபெரும் திரை திறக்கப்பட்ட பிறகு தொடங்கும் நாடகம் போலக் குலுக்கிக் கவிழ்த்து வைக்கப்பட்ட

டப்பாவை மேலெடுத்த பிறகு தெரியும் கட்டைகளை குரு எல்லோருக்கும் காட்டினான்.

“ட்ரிபி...ள் டைமண்ட்...” எல்லோரின் கண்களும் அகலமாக விரிந்தன. டைமண்ட் கட்டத்தைத் தவிர மீதி கட்டங்களிலிருந்த பணம் மொத்தத்தையும் தன்னை நோக்கி வாரி அணைத்து இழுத்தான். “இந்தா... அம்பதுக்கு நூத்தி அம்பது.” மூன்று ஐம்பது ரூபாய் நோட்டுக்களைத் தூக்கிப் போட்டான் குரு. வியாபாரியின் கை பரபரவென்றது. ‘இவன் சகுனி இல்லை’ என்று தனக்குத் தானே சொல்லிக்கொண்டார். குத்த வைத்து உட்கார்ந்து இரண்டு நோட்டுகளை எடுத்துப் பாக்கெட்டுக்குள் திணித்தார். இரண்டு நோட்டுக்களைக் கையில் வைத்துக்கொண்டு பெரும் ஆட்டத்திற்குத் தயாரானார் வியாபாரி. எந்தப் படத்தில் போடுவதென யோசித்துக்கொண்டிருக்கும் போது நினைவுக்கு வந்து ஜோக்கரைத் தேடினார். அந்தக் கூட்டத்தில் எங்கும் தட்டுப்படவில்லை. மறுபடியும் டைமண்டில் நூறு ரூபாயைப் போட்டு வியாபாரி தன் ஆட்டத்தை விளையாடத் துவங்கினார். டைமண்டில் நூறு ரூபாயை இழந்தவர் சைக்கிளையும் சேலைகளையும் இழந்து எழுந்தார். எழுந்து திரும்பியபோது ஜோக்கரின் மீது இடித்துவிட்டார்.

“இவ்வளவு நேரமா எங்கய்யா போன? உன்னைத்தான் ரொம்ப நேரம் தேடிக்கிட்டு இருக்கேன்.” கேட்ட வியாபாரியின் குரலில் சுரம் குறைந்திருந்தது.

“உன்னுடைய ஆட்டத்தை நீதான் ஆட வேண்டும் இல்லையா. அதான் கொஞ்சம் தூரம் போய் வந்தேன்” என்றான் ஜோக்கர். பறிபோன வாழ்க்கை ஒன்று மட்டும் இல்லை. கையில் இருந்ததைத் தொலைத்தது இவன் மட்டும்தானா? எத்தனை முறை பறிகொடுத்தாலும் மீண்டும் மீண்டும் சுண்டி இழுக்கும் மாயகாந்தம். கண்முன் அழியும் வாழ்க்கைகளைத் திரும்பி வென்றுவிட வேண்டுமென்ற ஓயாத யுத்தம். காந்தத்தின் இழுப்புக்குள் சரட்டென போய் ஒட்டிக்கொண்டு தப்பிக்க வழி தேடுவது மூடத்தனம். சுழலுக்குள் சிக்கிவிட்ட பிறகு அங்கேயே கிடந்து சுற்றிச் சுற்றிதான் வரவேண்டும். இன்றைய வாழ்க்கை அலைக்கழிப்புதான்.

ஜோக்கர் உபதேசிக்கத் துவங்கினான். “இருள் கவிழ்ந்த பின்னால் மேல்நோக்கி மெல்ல எடுக்கப்படும் போது வெளிச்சம் ஊர்ந்து ஊர்ந்து வந்து கட்டைகள் மீது கவிந்து யாரென அடையாளம் காட்டுகிறது. கவிழ்ந்திருக்கும் இருளில் எந்தக் கட்டையில் ராஜா, எந்தக் கட்டையில் ஆர்ட்டின், எத்தனை ராணி, எத்தனை டைமண்ட் யாருக்குத் தெரியும்? சுற்றியிருப்பவர் எல்லோருக்கும் வகைவகையான கணக்கு வழக்குகள். விதம் விதமான கற்பனைகளின் வழி தமக்குப் பிடித்த சித்திரத்தைக் குலுக்கப்பட்ட கட்டைகளில் அப்படியே அச்சு எடுத்து வரவேண்டுமென்ற எதிர்பார்ப்பு. தான் நினைத்தது வந்துவிட்டால் மகிழ்ச்சி, ஆரவாரம், கொண்டாட்டம். தடம் பிறழ்ந்து விழுந்தால் சாபமும், கோபமும். யாரும் தூண்டாமல் வரும் ஆயுட்கால சலிப்பு. திறக்கப்படும் முன்னேயே உள்ளே

மறைந்து கிடப்பதைக் கண்டுபிடித்து விடும் கலையைக் கற்றுக்கொண்டவர் உண்டா? யாருக்கும் தெரியாத மர்மம்தான் இந்த ஆட்டத்தின் சுவாரஸ்யம். மாயத்தைக் கூட்டும் மர்மப் புதிர். சுவராஸ்யம் குறையாமல் யாருக்கு ஆட்டத்தை ஆடத் தெரிகிறதோ அவன் வெற்றியாளன்.'' ஜோக்கரின் உபதேசம் புரிந்தது மாதிரியும், புரியாதது மாதிரியும் இருந்தது.

“நீ சொல்றதப் போல மாயமும், மர்மமும், புதிரும் இந்த ஆட்டத்துல மட்டுமில்லைன்னு தோணுதுய்யா.'' கொஞ்சம் அர்த்தமானதைப் போல வியாபாரி பேசினார்.

“இது சூதாட்டம். டப்பாவிற்குள் உருட்டப்படுகிற கட்டைகள் கீழே கவிழ்த்து வைக்கும் போது எந்தப் பக்கம், யாருக்கு ஆதரவாகச் சாய்கிறது என்னும் புதிர் அவிழும் வரை மர்மம்தான். ஆடுகிறவன் வாழ்க்கை எப்போதும் மறைந்தே இருக்கிறது. யாருடைய கையில் கிடைத்து எப்படி ஆட்டுவிக்கப்படுகிறதோ அதைப் பொறுத்து ஆட்டத்தின் போக்கு. இங்கு கட்டை உருட்டுகிறவனுக்கும் தெரியாது. யாருக்கு வரவு? யாருக்கு செலவு? ஆடும் ஐம்பது பேரில் இரண்டு பேருக்கு வரவும், நாற்பத்தெட்டு பேருக்கு செலவும் உண்டாக்கும் சூதாட்டம். இறுதியில் லாபம் பார்ப்பது, நாற்பத்தெட்டு பேரின் பணத்தையும் மொத்தமாக லவட்டிக்கொள்வது எப்போதும் கட்டை உருட்டுகிறவனாகவே இருக்கிறான். கட்டைகளை ஒரு தினுசாக அவனுக்கு ஏற்றார் போலக் குலுக்குகிறான் என்ற குற்றச்சாட்டு எழாத நாளும் இல்லை, சொல்லாத ஆளும் இல்லை. தோற்கிறவனுக்கு எப்போதும் ஏதாவது காரணம் வேண்டும்தானே. காரணம் தேடி அவன் என்ன செய்வான். ஒரு மனதிருப்தி, அவ்வளவுதான்.'' ஜோக்கர் சொல்லச் சொல்ல வியாபாரி அரைமயக்கத்தில் கேட்பது மாதிரி கேட்டுக்கொண்டிருந்தார்.

“உண்மையிலேயே அவன் ஒரு தினுசாத்தான் டப்பாவைக் குலுக்குகிறான். நான் சீலையை அப்படி இப்படி விரிச்சுக் காட்டி விக்கிற மாதிரி. நீ வேணுமின்னா கொஞ்சம் உத்துப் பாரேன். உனக்கே தெரியும்.'' ஜோக்கர் சொன்னதை ஒத்துக்கொள்ளாமல் பேசினார் வியாபாரி.

அவ்வாறு குற்றஞ்சாட்டிய ஒரு சமயம், சவால் விட்டு சாட்டியவனையே குரு குலுக்கச் சொன்னான் என்னும் கதையையும் ஜோக்கர் சொல்லி முடித்தான். “குலுக்கியவன் வென்றான். எதிராளி தோற்றான். பெர்முடேஷன், காம்பினேஷன் கற்றவர்கள் கூட இந்த ஆட்டத்தில் தோற்றுப் போவார்கள். பணம் வைத்து சூதாடியவனின் வெற்றி சரித்திரம் நூறில் ஒருமுறை. குலுக்கியவனின் தோல்விச் சரித்திரம் ஆயிரத்தில் ஒருமுறை. கவர்ந்துகொண்டு போதலே குலுக்கியவனின் திறமை. களவாடக் கொடுத்தலே பணம் போட்டவனின் நிலைமை. ஆட்டத்தின் சூட்சுமம் அப்படி. எப்போதும் குலுக்கும் உரிமையை தனக்கே வைத்துக்கொண்டவன். குலுக்கும் உரிமையை இழந்துவிட்டால் லாபமும், லவட்டலும் முடிந்துவிடும் என்ற பதட்டம் எப்போதும் அவனுக்குண்டு. பட்டத்தின் நூல் அவன் கையில் இருக்கும் வரைக்கும் பறக்கும் திசையை அவனே முடிவு செய்ய முடியுமென்ற அறிதல்.''

ஜோக்கரின் உபதேசத்தைத் தொடர்ந்து, "இதைச் சொல்றீயே, இதை நான் ஒத்துக்கிறேன். அவன் ஒருத்தன்தான் குலுக்கணுமாம். இது நியாயமே இல்லாத ஆட்டம். ஒவ்வொருத்தனுக்கும் ஒருமுறை குலுக்குற வாய்ப்பு தரணும். அப்புறம் தெரியும், யார் வாரி எடுப்பாங்கனு." சொல்லிவிட்டு அந்த ஆட்டத்தின் விதியை மாற்றியமைத்து பெரும் புரட்சியைச் செய்யத் தூண்டியது போல நெஞ்சை நிமிர்த்திக்கொண்டு நடக்க ஆரம்பித்தார் வியாபாரி.

"பாத்தீங்களா, டபுளும், ட்ரிபிளும் விழுந்து காசை அள்ளிக்கொண்டு போகத்தான் இத்தனை கூட்டமும் கூடி நிற்கிறது. ஜீவநதியைப் போல வற்றாத ஆசை பொங்கிப் பெருகிப் பாய்ந்து ஓடும் மனக்கூட்டம். கூட்டு மனம். இங்குக் கூடியிருக்கிற கூட்டம் மட்டுமே இல்லை. மனித வாழ்வே ஒரு ஆசைதான். பேராசையென்னும் காந்த விசைக்குள் அகப்பட்டுக்கொள்ளாத எளிய வாழ்க்கை வாழ்வது கடினமாகி விட்டதென்ற அங்கலாய்ப்பு வாழும் எல்லோருக்கும். எளிய வாழ்க்கை வாழுறது அவ்வளவு கடினமா?" கேள்விகளுக்குத் தலையாட்டிக் கேட்டுக்கொண்டே வந்தவர் பதில் ஏதும் சொல்லவில்லை. தெருமுனையிலிருந்து இடது சந்தில் நுழைந்ததும் அவரோடு பேசிக்கொண்டு வந்த ஜோக்கர் திடீரென மறைந்து போனான். மெதுவாகவும் சோர்வாகவும் நடந்து வீடு வந்து சேர்ந்தார். சைக்கிளும் சேலைகளும் எங்கே என்று கேட்டால் என்ன சொல்வது என்ற யோசனை. வெறுமையான மனதோடு வீட்டு வாசலில் நின்றுகொண்டிருந்தார் வியாபாரி. சட்டைப் பாக்கெட்டில் கிடந்த ரெண்டு ரூபாய் நாணயம் கனத்தது. கையைவிட்டு எடுத்துப் பார்த்தார். காந்தியின் சிரிப்பு அதிலில்லை. அசோகத்தூணில் அமர்ந்திருந்த சிங்கங்களை உற்று நோக்கினார். பக்கத்து வீட்டு வாசலில் சுருள் சுருள் முடிகளை உச்சியில் எடுத்துக் கட்டி, காவிச்சீலையைப் போர்த்தியிருந்த ஒருவர் கையில் திருவோடு ஏந்தி நின்றிருந்தார். வியாபாரிக்கு அச்சு அசல் அந்த ஒல்லிப்பிச்சான் ஜோக்கரைப் பார்ப்பது போலவேயிருந்தது.

செம்மலர் (டிசம்பர், 2017)

சவக்குழி

பிரேத பரிசோதனை அறையில் அந்தப் பிணம் கிடந்தது. துர்நாற்றம் நூறடி தூரம் தள்ளியிருந்தவர்களையும் விரட்டி அடித்தது. இது பிணவாடை இல்லை. நாள் கழிந்த பிணம்தான் நாறும். இப்போதுதான் சில நிமிடங்களுக்கு முன் வந்து சேர்ந்த பிணம் இது. பிணத்தின் மீதிருந்து வந்த நாற்றம். மனிதக் கழிவில் இருந்து வந்த வீச்சம். பிணமான பிறகு மனிதனே கழிவுதானே! இந்த நாற்றம் அந்த வகையில்லை. அரசாங்க இன்ஜினீயர்கள் இதை 'திடக்கழிவு' என்று எழுதுவார்கள். கொஞ்சம் நாசூக்கானவர்கள் மனித 'மலத்தின்' வாடை எனச் சொல்லுவார்கள். மலக்குழிக்குள் இறங்குவோருக்கு இது 'பீ நாத்தம். ஒரேயொரு காக்கி நிற அரைக்கால் சட்டை, இடுப்பில் இத்துப் போயிருந்த கறுப்பு அரைஞாண் கயிறு, அதன் ஓரிடத்தில் நெளிந்து கிடந்த ஈய தாயத்து தவிர வேறெதுவும் அணியாத வெற்றுடம்பு. தோல் இறுக்கமாகி ஒட்டியிருந்த எலும்பு எளிதாக வெளியே வந்துவிடும் மெலிந்த உடலில் அங்கங்கே மஞ்சளும், கறுப்புமாக மனிதக் கழிவும், மற்ற கசடுகளும் திட்டுத் திட்டாய் இருந்தது.

ஒரு போலீஸ்காரன் பிணவறையை நோக்கி முன்னேறிக்கொண்டிருந்தான். ஐம்பதடி தள்ளி வரும்போதே மூக்கை இரண்டு விரல்களால் பொத்திக்கொண்டு நடந்தான். மூச்சை உள்ளிழுத்து நிறுத்திக்கொண்டு வெளியே விட்டு விடாமல், சுவாசிக்காமல், மேலும் மூக்கைக் கர்ச்சீப்பால் பொத்திக்கொண்டு உள்ளே நுழைந்தான் அந்தப் போலீஸ்காரன். எட்டிப் பிணத்தைப் பார்த்தான். சுவாசம் செய்வதை சில நொடிகள் நிறுத்தியிருந்த மூக்கை ஒரு பக்கம் கோணலாக்கி முகமும் கோணலாகி காணச் சகிக்காமல் கண்களைத் திருப்பிக்கொண்டான்.

வீரபாண்டியன் ● 67

கண்கள் திரும்பும்போதே தன்னையும் திருப்பிக்கொண்டு விறுவிறுவென நடந்து வெளியே வந்தான்.

தூரத்தில் நாவல் மரத்தின் அடியில் ஆண்களும் பெண்களும் கலந்திருந்த சிறிய கும்பலிலிருந்து அழுகுரல்களும், முனகலும், மூக்குச் சீந்தலும், ஆறுதல் வார்த்தைகளும் தெறித்து வந்து விழுந்துகொண்டிருந்தன. உள்ளே நாறிக்கொண்டிருக்கும் பிணத்தின் உறவுக்காரர்களாகத்தான் இருக்கும். எப்போதும் பிணவறையின் எதிரேயிருக்கும் நாவல் மரத்திற்கடியில் பிணத்தின் உறவினர்கள்தான் கூடி அழுதுகொண்டிருப்பர். இன்றைக்குக் கிடத்தப்பட்டிருக்கிற பிணத்திற்கு வேண்டப்பட்டவர்கள்தான் என்பதில் எந்த சந்தேகமும் போலீஸ்காரனுக்கு வரவில்லை. இலக்கு நோக்கி செலுத்தப்பட்ட அம்பைப் போல போலீஸ்காரன் நேராக அவர்களை நோக்கி நடந்து வந்தான்.

“செத்துப் போனவருக்கு இங்க யாரு ரத்த சொந்தம்?” வழக்கமான முதல் கேள்வியைக் கேட்டான் போலீஸ்காரன்.

“இவதாங்க சார்.” ஒரு பெரியம்மா சுனிதாவை நோக்கிக் காட்டினார்.

“உன் பேரு என்னம்மா?”

“சுனிதா” என்றாள் அழுதுகொண்டே.

“செத்துப் போனவருக்கு நீ என்ன வேணும்?”

“என் வீட்டுக்காரர் சார் அவரு.” சொன்ன அவள் குரலில் துளியும் ஜீவன் இல்லை. பொலிவிழந்த முகம். வாயின் இரண்டு ஓரத்திலும் வெள்ளையாகத் தோல் வெளுத்திருந்தது. உதட்டின் நடுவில் ஈரப்பசையற்று உலர்ந்து வெடித்து சிறு புண்ணாகியிருந்தது. பற்களை விட ஈறு சிவந்து கன்றிப் போயிருந்தது. மூக்குத்தி இருக்க வேண்டிய துளைகளை சின்ன வேப்பங்குச்சி அடைத்திருந்தது. கண்களில் ஒளியில்லை. கருவளையம் நெற்றிக்கும் கன்னத்திற்கும் நீண்டிருந்தது. கண்களை வெளியே தெரிய விடாமல் எலும்பு துருத்திக்கொண்டிருந்தது. மயிரில்லாத புருவம். செம்பட்டை படர்ந்திருந்த தலைமுடியை ஒரு முடிச்சுப் போட்டுக் கட்டித் தொங்க விட்டிருந்தாள். இரு காதுகளிலும் கொஞ்சம் துருவேறியிருந்த வெள்ளைக்கல் வைத்த இரும்புத் தோடு அணிந்திருந்தாள். குரல்வளையும், கழுத்து எலும்பும் என்னை எளிதாகப் பார்க்கலாம் என்று காட்டிக்கொண்டிருந்தன. சாயம் வெளுத்த ஜாக்கெட் அணிந்திருந்தாள். நெஞ்சுச் சதை கொஞ்சம் இருந்திருந்தால் அதை ஜாக்கெட் என்று சொல்லலாம். இரண்டு குழந்தைகளும் பாலை மட்டும் குடித்தார்களா அல்லது ரத்தத்தையும் சதையையும் உறிஞ்சி எடுத்துக்கொண்டார்களா எனத் தெரியவில்லை. வெளிறியிருந்தாலும் கழுத்தில் தொங்கும் கயிறு என்பதால் அது தாலிக்கயிறுதான். அதில் இரண்டு ஊக்குகள் தொங்கிக்கொண்டிருந்தன. ஒட்டிப் போய் பள்ளம் விழுந்த வயிறு.

“ஒன் வீட்டுக்காரரு பேரு என்னம்மா?”

“வேலு.”

“அப்பா பேரு?”

“பழனிச்சாமி.”

“வயசு?”

“இருபத்தேழு இருக்கும் சார்.”

“அட்ரஸ்...?”

“அருந்தமிழர் குடியிருப்பு, எல்.சி.குருசாமி நகர் சார்.”

“யாரு வந்து உங்கிட்ட மொதல்ல சொன்னாங்க?”

“குமாரு சொன்னான் சார். எங்க வீட்டுக்காரரு அத்தை மகன் சார்.” அவள் அழுதுகொண்டே சொன்னதைப் போலீஸ்காரன் காதைக் கூர்மையாக்கிக் கேட்டுக் குறிப்பெடுத்துக்கொண்டான்.

“சாவு நடந்துச்சுனு உங்கிட்ட எத்தன மணிக்கு வந்து சொன்னாப்ல அந்தப் பையன்?”

“காலையில பதினோரு மணிக்கு சார்.” வார்த்தைகளை முடிக்க முடியாமல் இடையிடையில் வெடித்து அழுதாள்.

“கொஞ்சம் அழுகாம நான் கேட்குறதுக்கு பதில் சொல்லும்மா. உன் வயசு என்ன?”

“எனக்கு இருபத்து மூணு போட்டுக்கங்க சார்.”

“குழந்தைங்க இருக்காங்களா?”

“ரெண்டு கொழந்தைங்க சார்.” இன்னும் அழுகை கூடி நெஞ்சு ஏறி இறங்கியது.

“அட. கொஞ்சம் சொல்லிட்டு அழும்மா. எப்படி நடந்துச்சு தெரியுமா?”

“காலங்காத்தால அவுங்க ஏ.இ சாரும், காண்டராக்டரும் ரெண்டு பேரையும் கோயில்கிட்ட ஒரு தெருவுக்குக் கூட்டிட்டுப் போனாராம் சார்.”

“ஏ.இ சாருன்னா யாரு?”

“அசிஸ்டன்ட் இன்ஜினீயர் கோபால் சார்.” பக்கத்தில் நின்றிருந்த ஒருவன் கத்திச் சொன்னான். வேலுவின் சக தொழிலாளி.

அவள் தொடர்ந்தாள், “அங்கன குழிக்குள்ள எறங்கி குனிஞ்சு கிளீன் பண்றப்போ ரெண்டு நிமிசத்துக்கு மேல ஆளே வெளியே வரலியாம் சார்.” சொல்லிக்கொண்டிருந்த சுனிதாவின் அழுகை மட்டும்தான் கேட்டது. அழுகையோடு வார்த்தைகள் கலந்து வந்தன. “கீழ எறங்கிப் பாத்தா குழிக்குள்ள விழுந்து கிடந்தாராம் சார். ஆஸ்பத்திரிக்குத் தூக்கிகிட்டு வந்தா உயிர் போயிருச்சுன்னு சொல்லிட்டாங்களாம். அவரை இப்படி

அநியாயமாக் கொன்னுட்டாங்களே சார்" என்று முகத்தில் அடித்துக் கொண்டு அழுது அரற்றினாள். அழுகையில் தோய்ந்த சொற்களால் ஒருவாறு தேம்பித் தேம்பி சொல்லி முடித்தாள். அவளுக்கு ஆறுதல் சொல்லி ஸ்டேட்மென்ட் எழுதிக் கொண்ட போலீஸ்காரன் தான் வைத்திருந்த காகிதங்களில் நான்கைந்து இடங்களில் அவளின் கையெழுத்தைப் பெற்றுக்கொண்டு அங்கிருந்து நகர்ந்தான். எழுதப் படிக்கத் தெரியாத தனக்கு அவன் பழக்கி விட்ட கையெழுத்து இன்று அவனுக்காகப் போட வைத்ததை நினைத்து நெஞ்சு கனத்தது. அன்பு பீறிட்டு அவன் அழுத்தி அழுத்தி முத்தம் தந்த கன்னங்களில் கண்ணீர் மதகுடைந்து ஓடும் நீராய் புரண்டு ஓடியது. அவன் உயரத் தூக்கித் தூக்கிப்போட்டு விளையாடும் குழந்தை மடியில் உட்கார்ந்து கனத்தது.

அருகே நின்றிருந்த குமாரை போலீஸ்காரன் விசாரித்தான். நடந்ததையெல்லாம் விசாரித்து, கண்ணால் பார்த்த சாட்சியாக எழுதிக் கையெழுத்தும் வாங்கிக்கொண்டான்.

"உங்க ஏ.இ யாரு? காண்டராக்டரு எங்க?" போலீஸ்காரன் அவனைக் கேட்டான்.

"ஏ.இ கோபால் சார். அவங்க அப்பவே ஆபீஸுக்கு போய்ட்டாங்க சார்."

"உங்க ஆபீஸ் எங்க இருக்குது?"

"சர்வேஸ்வரர் கோயில் வீதியில சின்னப் பிள்ளையார் கோயில் ஒன்னு வரும் சார். அங்கயிருந்து வலது பக்கம் போனா நாலாவது கட்டிடம் எங்க ஆபீஸ் சார்" ஒவ்வொரு திசையிலும் கையை நீட்டி அலுவலகத்திற்கு வழியைச் சொன்னான்.

"சார், ஒரு நிமிஷம் சார்." குமார் போலீஸ்காரனை நிறுத்தினான். தனியே ஒதுக்குப்புறமாக அவரைக் கெஞ்சி அழைத்துப் போனான். மூன்றடி தாண்டி போலீஸ்காரன் நகரத் தயாராகவில்லை. 'எதா இருந்தாலும் இங்கேயே சொல்லு' என்பதைப் போலப் பார்த்தான். "சார், அந்த ஸ்பாட்ல இருந்ததா யார்கிட்டயும் சொல்லிக்காதன்னு எங்க ஏ.இ சாரும், காண்டராக்டரும் சொன்னாங்க சார். எங்க அக்கா உளறி வச்சுருச்சு சார். அவங்க பேரை இந்த கேசுல சேத்துடாதீங்க சார்" என்று கெஞ்சினான். காதில் எதையும் போட்டுக்கொள்ளாமல் போலீஸ்காரன் பைக்கில் கிளம்பிப் போய்விட்டான்.

'என்ன மயித்துக்கு சுனிதா அக்காகிட்ட சொன்னே. எல்லாம் போச்சு." தன்னைத்தானே திட்டிக்கொண்டு ஓரத்தில் ஒதுங்கி நின்றான். இனி அவன் இன்னொரு வேலையைத் தேட வேண்டியதுதான். துக்கம் இடம்பெயர்ந்துகொண்டது.

வேலு வழக்கம் போலக் கம்பியையும், நீளமான மூங்கில் கழியையும் உள்ளே விட்டுக் குத்தி அழுத்தினாலும் அடைத்த அடைப்புப் போகவில்லை. கற்களைப்போல ஏதோவொரு கனமான பொருள் அடைத்துக்கொண்டால் இப்படித்தான். என்னதான் அழுத்தினாலும் வேலைக்கு ஆகவில்லை.

70 ● பூர்ணிமை

மேஸ்திரி நேரமாகிறதென அவசரப்படுத்தினான். இருவரும் சேர்ந்து அடுத்த மலக்குழியின் மூடியைத் திறந்த போதே குபீரென முகத்தில் அறைந்த வாடை பெரும் மயக்கத்தை உண்டாக்கி குமாருக்கு தலை கிறுகிறுத்தது. வீச்சம் குடலைப் புரட்டுவது வாடிக்கையானதுதான் என்பதால் தலையைப் பிடித்துக்கொண்டே சிறிது பின்னுக்கு நகர்ந்து சிலநொடிகள் அமைதியாக அதே இடத்தில் நின்றான். தாக்கிய துர்நாற்றமும், அடித்த வெய்யிலும் அவன் கண்களை இருட்டாக்கின. பக்கத்தில் இருந்த எதுவும் பார்வைக்குத் தெரியவில்லை. வெளிச்சம்... மயக்கம்... கிறுகிறுப்பு... தலைசுற்றல்... வெளிச்சம்... மயக்கம்... கிறுகிறுப்பு... தலைசுற்றல்... சூரியன் வெடித்துச் சிதறிய பெரும் ஒளிவெள்ளம்.

"என்னடா...?" காண்டராக்டரின் கத்தல். காண்டராக்டரின் குரல் வேலுவுக்குச் சரியாக அடையாளம் தெரிந்தது. பக்கத்திலிருக்கும் கடையில் உட்கார்ந்து ஏதோ தினசரியை வாசித்துக்கொண்டிருந்தான்.

"ஒன்னும் இல்ல சார்." பதிலுக்குக் கத்தினான் குமார்.

"சட்டுன்னு இறங்கி வேலைய முடிங்கடா. இதை முடிக்க இவ்வளவு நேரமா?" தினசரியிலிருந்து எட்டிப் பார்த்தவாறே உட்கார்ந்த இடத்திலிருந்து கத்திச் சொன்னான் காண்டராக்டர்.

திடீரென குழிக்குள் இறங்கும் சத்தம் கேட்டது. வேலு குழிக்குள் இறங்கினான். வீச்சம்... வீச்சம்... உலகத்தையே வெறுத்து ஒதுக்கிய மாதிரி வெறுப்பேறிய முகம் கோணலானது. வேலு உள்ளே தரையில் கால் வைக்கக் காலால் தடவித் தடவித் துழாவினான். கால்களிலும், உடலிலும் வழவழ, கொழகொழவென்று ஊர்ந்தன. ட்ரவுசருக்குள் நுழைந்து 'வழவழ கொழகொழ' அங்கங்கே தேங்கிப் படிவதைக் கால்மயிர்கள் உணர்ந்தன. நீண்டிருந்த பைப் ஒன்று காலில் தட்டுப்பட்டது.

காலை உள்ளே விட்டு விட்டுப் பார்த்தான். அடைப்பைத் தேடித் துழாவினான். திடமான கனத்தப் பொருள் ஏதோவென்று தட்டுப்பட்டவுடன் குழியின் மேல்வாயை பிடித்துக்கொண்டு கண்ணைச் சுருக்கி, வாயை இறுக்கி மூடி, மூச்சை அடக்கி உடலைக் கொஞ்சம் கொஞ்சமாகக் குறுக்கிக் கழிவுக்கடலுக்குள் மூழ்கினான். கையிலும் முகத்திலும் முதுகிலும் தோளிலும் தலையிலும் 'வழவழ கொழகொழ'. காலில் தட்டுப்பட்ட திடப்பொருள் உள்ளே நகர்ந்து சிக்கிக்கொண்டது. இன்னும் தன்னை அமிழ்த்திக்கொண்டான். அவனின் நாடி பைப்பில் இடித்து நின்றது. உள்ளே நீட்டிய கையில் அந்தப்பொருள் அகப்பட்டுவிட்டது. முத்தெடுத்ததைப் போன்ற மகிழ்ச்சியில் இறுக்கி மூடியிருந்த கண்களின் சுருக்கம் தளர்கிறது. அடைத்து நிற்கும் திடப்பொருளை எடுத்தான். வரவில்லை. மறுபடியும் கண்களைச் சுருக்கி வாயை இறுக்கி முழு பலத்தோடு இழுத்தான். பைப்பும் சேர்ந்து வந்தது. பைப்போடு சேர்ந்து வேகமாகப் பாய்ந்து வந்த கழிவுநீர் நாசிக்குள் இறங்கி நுரையீரலைத் தாக்கியது.

மூச்சை அடக்கியிருந்தவன் மூச்சை இழுத்துவிட்டான். இறுகக்

கடித்துக்கொண்ட பற்கள் வாய் திறந்துகொண்டது. 'வழவழ கொழகொழ'வோடு சேர்ந்து கழிவுநீர் தொண்டைக்குழாயைத் தாண்டி குடலுக்குள் சென்று தன்னை நிறைத்துக்கொண்டது. மூன்றாம் முறை இழுத்துவிட்ட பெருமூச்சு இறுதிமூச்சானது. துடிதுடித்து நடுங்கிய உடல் துள்ளித் துள்ளி ஆடி அடங்கியது. கையில் அகப்பட்ட பொருள் கைநழுவி மறுபடியும் கீழே விழுந்து நிலைகொண்டது. நீர்க்குமிழ்கள் முட்டை முட்டையாக மேலெழுந்து வந்து மேற்பரப்பில் குமிழ் குமிழாய் வெடித்து மறைந்தது.

இது முதல்முறை இல்லை. அவர்கள் தெருவில் எத்தனையோ பேர் இதைப்போல சாவைச் சந்தித்திருக்கிறார்கள். அவன் அம்மாவின் மூன்றாம் சித்தப்பா ஒரு அடைமழை நாளில் இதைப்போலவே மலமும் கசடுகளும் வழிந்தொழுகத் தூக்கி வரப்பட்டார். அப்போது இவனுக்கு ஏழு வயது இருக்கும். தேய்த்துத் தேய்த்துக் கழுவப்பட்ட உடலுக்கு பன்னீர் தெளித்துப் பலகையில் கிடத்தப்பட்டதிலிருந்து மயானத்தில் அடக்கம் செய்யும் வரைக்கும் ஒவ்வொரு மணிநேர இடைவெளியிலும் பன்னீர் தெளித்துக்கொண்டேயிருந்தது நினைவுக்கு வந்தது. சிறுவர்களுக்குள்ளே பன்னீரை யார் தெளிப்பதென்ற போட்டி.

இவனும் ஒருமுறை அவரின் உடல் அருகில் உட்கார்ந்து பன்னீர் தெளித்தான். பன்னீரின் சுகந்த வாசனையை மீறி அடிக்கும் துர்நாற்றம் இவனை உடல் அருகில் உட்காரவிடவில்லை. இன்னொரு சிறுவனிடம் தந்துவிட்டு அங்கிருந்து தூர ஓடிவிட்டான். காலம் சுழன்று சுழன்று அதே துர்நாற்றத்திற்குள் விழுந்து எழப் பழகிக்கொண்டது உடல். அப்போதெல்லாம் போஸ்ட்மார்ட்டம், போலீஸ் விசாரணை என்று எதுவும் இல்லை என்பது நன்றாக நினைவிருக்கிறது. இப்போது கூடிப் போராட சங்கங்களும், சட்டம் தெரிந்த தலைவர்களும் முளைத்துவிட்டனர்.

"அண்ணே... காமராஜ் அண்ணே..." ஓங்கிக் குரலெடுத்து அழுகை வந்த திசையை நோக்கி குமார் திரும்பினான். குமாரின் அண்ணன் காமராஜ் வந்திருந்தான். "இப்படி என்னைய விட்டுட்டு அவர் போகலாமா? இப்படி விட்டுட்டுப் போகலாமா?" காமராஜை நோக்கி இரண்டு கைகளையும் ஏந்திப் பெருங்குரலெடுத்து அழுதாள். அவள் அழுது கொண்டிருக்கும்போது, பின்பக்கமிருந்து வந்த கீச்சுக்குரல் சத்தத்தைக் கேட்டு காமராஜ் திரும்பினான்.

போலீஸ்காரர்கள் பிரேதப் பரிசோதனை செய்யுமாறு வேண்டிக் கொடுத்த காகிதங்களை எடுத்துக்கொண்டு டாக்டர் சில நிமிடங்களில் வந்துவிடுவாரென்று ஒருவன் ஓடி வந்து கீச்சுக்குரலில் அறிவித்துவிட்டுப் போனான். இறுக்கமாக அணிந்திருந்த சட்டையை மீறிப் பெருத்த வயிறும், ஆழமான குழிவிழுந்த தொப்புளும் தெரியும்படி நடந்து சென்றவன் பிரேத அறைக்குள் நுழைந்தான்.

"கேனைகளா... என்னா இது கப்பு. இந்த நாத்தம் நாறுது." புலம்பிக்கொண்டே பிரேதம் கிடந்த அறைக்குள் நுழைந்தான். இருள் படிந்திருந்த பக்கத்தில் நீண்டிருந்த சின்ன அறையின் பக்கவாட்டில்

நுழைந்தான். எடுத்தான்... கவிழ்த்தான்... பாட்டில் காலியானது. வாயோரத்தில் வழிந்ததைத் துடைத்து சட்டையில் தேய்த்தான். லுங்கியை மடித்துக் கட்டிக்கொண்டான். கூரான கத்தி, வெட்டுக்கத்தி, கத்தரிக்கோல், சுத்தியல், துணி, சில பாட்டில்களை எடுத்து வைத்தான். நீரைப்போல இருந்த ஏதோ மருந்துகளை ஊற்றினான். வெளியில் ஒவ்வொன்றாய் வைத்தான். ஸ்டெயின்லெஸ் ஸ்டீலில் இருந்த ஆயுதங்கள் பளபளத்தன.

உள்ளுக்குள் அறை வெளிச்சம் போதுமானதாய் இல்லை. டியூப்லைட் ஓரத்தில் கறுப்பேறி மினுக் மினுக்கென்றது. அதன் பட்டை நேராக இல்லாமல் வளைந்து துண்டாகி எந்தக் கணத்திலும் விழுவேனென்று தொங்கிக்கொண்டிருந்தது. பட்டைக்கும், லைட்டுக்கும் இடையில் ஒட்டடை காற்றில் அலைந்து ஆடியது. தூர்ந்து, பெயர்ந்து விழுந்திருந்த உச்சிச் சுவருக்குள்ளிருந்து துருவேறிக் கரைந்துபோன இரும்புக் கம்பிகளின் எலும்புக்கூடு. அந்தக் கட்டிடம் நாற்றத்தால் கட்டி எழுப்பப்பட்டதைப் போல மஞ்சளாக இருந்தது. பிணங்களிலிருந்து தெறித்து விழுந்த கெட்டி ரத்தம் மஞ்சள்நிறச் சுவர்களிலும், பிணங்கள் கிடத்தப்படும் சிமெண்டு மேசையிலும் அப்பிக் கிடந்தது. சுத்தம் செய்யப்பட்ட பிறகும் மனிதனின் சின்னஞ்சிறு எலும்புத்துகள்கள் அங்கங்கே அறையில் சிதறிக் கிடந்தன.

பிணக்கூராய்வு செய்யும் மருத்துவர் வர பதினைந்து நிமிடங்கள் ஆனது. டாக்டர் தூரத்தில் வராண்டாவில் நடந்து வரும்போதே அங்கிருந்த பணியாளர்கள் சுறுசுறுவென வேலைகளைப் பார்க்கத் தொடங்கினர். டாக்டர் அறையை நெருங்கியதும் அங்கிருந்த போலீஸ் அதிகாரி சல்யூட் அடித்தான். பயிற்சியிலிருந்து அப்போதுதான் பணிக்குச் சேர்ந்திருந்த இளம் அதிகாரி சல்யூட் அடித்த சத்தத்தில் அந்த வராண்டாவில் எதிரொலி உருவாகி அடங்க சிறிது நேரம் பிடித்தது. சல்யூட் அடித்துவிட்டு அவனும் மூக்கை மூடிக்கொண்டது அனிச்சைச் செயலைப் போல இருந்தது. காகிதங்களை டாக்டரிடம் கொடுத்தான். சிரமப்பட்டுப் பேசி சில விவரங்களைச் சொன்னான். டாக்டரும் தலையை ஆட்டிக்கொண்டே கேட்டான். எஸ்.ஐ மூக்கிலிருந்து எடுத்த விரல்களால் மீண்டும் பொத்திக்கொண்டான். தூரத்தில் வரும்போதே காதுகளைத் தாண்டி தலைக்குப் பின்னால் இழுத்துக் கட்டிய மாஸ்க் துணியால் மூடிய மூக்கை மீறி நாசியை அடைந்த துர்நாற்றத்தின் நெடி தாங்காதவனாய் டாக்டர் கண்களைச் சுருக்கி மூச்சை இழுத்து 'ம்ஹ்..' என்று உள்ளே வந்த துர்நாற்றம் மொத்தத்தையும் பெரும் தும்மலில் வெளியே தள்ளினான். டாக்டருக்குத் தொழில்முறை அனுபவம்!

"சேகர்..." பிணம் அறுப்பவனைப் பார்த்து அழைத்தார்.

"டாக்டர்" என்றவாறே டாக்டரை நெருங்கியவனிடமிருந்து சாராய நெடியை மீறி வந்த பிணத்தின் வாடை அவனைத் தாக்கியதில் டாக்டர் இரண்டடி பின்னால் நகர்ந்தான்.

"ஒண்ணு பண்ணுங்க. பாடிய ஒருமுறை நல்லா கழுவிடுங்க. ரூமையும் கழுவி பினாயில் தெளிச்சு விடுங்க. போஸ்ட்மார்ட்டம் அப்புறம் பண்ணிக்கலாம்" என்று சொல்லிவிட்டுப் போனான்.

முந்தாநாள் ஒருமாதத்திற்கும் மேலாகப் புதருக்குள் கிடந்து அழுகி நாறிப்போனப் பிணத்தை இந்த டாக்டர் போஸ்ட்மார்ட்டம் செய்த போது சேகர்தான் டூட்டியில் இருந்தான். 'இப்போ மட்டும் இவருக்கு என்னவாம்' என்று மனதில் எழுந்த கேள்வியைக் கேட்டுவிடலாமென நினைத்தான். அவன் கேட்கவில்லை. எப்படிக் கேட்டுவிட முடியும்? இவனோ பிணம் அறுப்பவன். அவனோ சீஃப் டாக்டர்.

பிரேதப் பரிசோதனை அறையை நோக்கி விறுவிறுவென்று நடந்து வந்துகொண்டிருந்தான் காமராஜ். உள்ளே நுழைந்தவனைப் பார்த்ததும் சேகர், "வா... காமராசு, செத்தது உங்க சொந்தக்காரப்பயலா?" என்று கேட்டான்.

"என்னய்யா பண்ணிட்டிருக்க? பாடியில ஏன்யா தண்ணிய ஊத்திட்டுருக்க?" காமராஜ் அங்கு நடந்தது புரியாமல் குழப்பமடைந்து கேட்டான். சேகர் டாக்டரின் உத்தரவைச் சொன்னான்.

"ஒங்க டாக்டரை பேளாம, மோளாம இருக்க ஒரு மாத்திரை கண்டுபிடிச்சுத் தரச் சொல்லுங்க" முனங்கிக்கொண்டே வெளியில் தூரத்தில் நின்றிருந்த போலீஸ் அதிகாரியை நோக்கிப் போனான்.

"வணக்கம் சார்" என்றான். போலீஸ் அதிகாரி பதிலுக்கு லேசாகத் தலையை ஆட்டிவிட்டு என்ன என்பதைப் போல காமராஜைப் பார்த்தான்.

"சார், வேலுவோட சேர்த்து இதே கான்டராக்டர் கீழ இது நாலாவது சாவு. அவர் மேல கேஸ்.." சொல்லிக்கொண்டிருக்கும் போதே, போலீஸ்காரன் ஒருவன் செல்போனைக்கொண்டு வந்து கொடுத்தான். போனைக் காதில்வைத்து பேசத் தொடங்கியவன், அப்படியே அங்குமிங்கும் நடந்துகொண்டே பேசினான்.

போனில் பேசி முடித்துவிட்டு காமராஜ் அருகில் வந்து, "பண்ணலாம்... மொதல்ல போஸ்ட்மார்ட்டம் முடிஞ்சு ஆக வேண்டிய காரியத்தைப் பார்ப்போம்" என்று பதில் சொன்ன எஸ்.ஐயை, "சார்... டாக்டர் கூப்பிடுறாரு" சேகர் தன் கீச்சுக்குரலில் சத்தம் போட்டு அழைத்தான். பின்பக்கமிருந்து வந்த சத்தத்தைக் கேட்டு காமராஜ், சூழ்ந்திருந்த மற்ற எல்லோரையும் கடந்து அந்த எஸ்.ஐ. விறுவிறுவென டாக்டரை நோக்கிச் சென்றான். போஸ்ட்மார்ட்டம் முடிந்து எல்லோரும் வெளியே வந்தனர். வெளியே வந்த டாக்டர், போலீஸ் அதிகாரியை நெருங்கி 'எல்லாம் முடிந்துவிட்டதா?' என்பதைப் போல வேலுவின் உறவினர்கள் கேட்டனர். அங்கிருந்த சிலர் வாடை பொறுக்காமல் மூக்கைச் சுளித்தனர். டாக்டர், போலீஸ் அதிகாரி என எல்லாரிடத்தும் நாற்றம் தங்கிவிட்டது. ஆனால் அது வழக்கமான பிணநாற்றம் அல்ல.

காலச்சுவடு (ஜனவரி, 2018)

லக்ஸ் சோப்பின் நறுமணம்

தூரத்திலிருந்து பார்க்கும் போதே ஊரின் துவக்கத்தில் பழுத்த வெயிலில் காய்ந்து சிறு அசைவுடன் மலைப்பாம்பைப் போல அமைதியாக, இரண்டு கிலோமீட்டருக்குப் பரந்து கிடக்கும் பாறைதான் எங்கள் ஊர். எத்தனை ஆயிரம் ஆண்டுகளை விழுங்கிப் படுத்திருக்கிறதோ! அந்த ஊரின் படுகிழமான எங்கள் தாத்தா கந்தனுக்குக் கூட அதன் ஜனனம், பூர்வீகம் தெரியாது.

“ஏலேய் யாருடா அது? இங்க வந்து ஆட்டிக்கிட்டு நிக்கிறவன்?” அவருக்குப் பார்வை மங்கிவிட்டது. புகைமூட்டம் போல தெளிவில்லாமல் தெரியும் என்னைப் பார்த்துக் கத்தினார்.

“நாந்தேன் தாத்தா... நல்லையா...” காதில் மந்தமாக விழுந்தாலும் ‘ஆஹ்’ என்று தெரிந்துவிட்டதைப் போலத் தலையசைத்தார்.

கண் வெள்ளைபூத்து உடலில் புற்றுநோயை வளர்த்துக்கொண்டிருக்கும் கந்தனை மட்டுமல்ல, அவரின் கொள்ளுத்தாத்தாவிற்குக் கொள்ளுத்தாத்தாவையும் அந்தப் பாறைக்கு மட்டுமே தெரியும். சப்பாத்திக் கள்ளிகள் செழித்துப் புதர்மண்டி வளர்ந்திருந்த கரட்டுக்காட்டுக்குள் வந்து சேர்ந்து மரக்கிளைகளையும், இலைகளையும் பரப்பித் தனக்கென ஒரு குடில் அமைத்துக்கொண்டு இங்கு மனிதர்களின் வாசத்தைத் தெளித்துவிட்டவர் அவர்தான். அது அந்தப் பாறைக்கு மட்டுமே தெரிந்த சரித்திரம். இன்று ஆயிரத்து இருநூறு தலைக்கட்டுகள் முளைத்துத் தேக்கு மரத்து இலையைப்

போல அகன்று அமைந்திருந்தது இந்தச் சின்னஞ்சிறு கிராமத்தின் வீடுகள். கந்தன் தாத்தாவின் தாத்தா நட்டு வைத்தத் தோல்சுருங்கிய கூன்விழுந்த கிழவியைப் போல அங்கங்கே பட்டைகள் உதிர்ந்து நின்ற புளியமரத்தின் அடியில் முக்கோண வடிவில் கூட்டைப்போல இருந்த குறுகலான மரப்பொந்தைச் சுற்றி இரண்டு பக்கங்களிலும், மேலேயும் இரண்டு இரண்டு செங்கற்களாக வைத்து கட்டப்பட்டிருந்த ஒரு அடி அகலத்திற்குள் தரையில் அசைந்து அசைந்து நிதானமாய் எரியும் ஒரு அகல் விளக்கின் சுடரில் எங்களின் குலதெய்வம் பட்டம்மாள் குடியிருந்தாள். பட்டம்மாளுக்கென்று எந்த உருவமும் இல்லை. சிலையொன்று வைக்க வேண்டுமென்று நான் சொன்னபோது அதை யாரும் பெரிதாக எடுத்துக்கொள்ளவில்லை. பட்டம்மாள் சாமி கும்பிடுவின் போது மாத்திரம் ஒரு எலுமிச்சைப்பழத்திலும், கதம்பப் பூவிலும் குடியிருந்து தரிசனம் தருவாள்.

பங்குனி இரண்டாம் வாரம் பிறந்ததும் சாமி கும்பிடு வந்துவிட்டது. அதற்கான வேலைகளில் மும்முரமாக இறங்கினோம். அவளை வழிபடும் உற்சவத்தை மிகச்சிறப்பாக நடத்தினோம். சக்கிலியத்தெருவில் இருக்கும் ஐம்பது குடும்பங்களில் முப்பது குடும்பங்கள் சேர்ந்து நின்றாலே வெகுசிறப்புதான். முதல்நாளான செவ்வாய்க்கிழமை இருபது குடும்பங்கள் வரை பொங்கல் வைத்துக் குலவையிடுவதும், பத்துப் பதினைந்து பேர் பால்குடம் எடுப்பதும், ஐந்தாறு பேர் தீமிதிப்பதும், ஏழெட்டு சிறுவர்கள் சேறை அள்ளி உடம்பு முழுதும் பூசி சேத்தாண்டி வேசம் போட்டுக்கொண்டும் திரிந்தார்கள். மாவிளக்கு, முளைப்பாரியென்று ஒவ்வொரு குடும்பத்திலும் கோலாகலம். தெருவெங்கும் திருவிழா உற்சாகம்.

“ஏலேய் நல்லையா, இந்தாடா...” சுருட்டி வைத்திருந்த ரூபாய்த்தாள்களைக் கொடுத்தார் முத்தையா. “என் பேர்ல வரியை எழுதிக்கோ.” சொல்லிவிட்டு சிறிதுநேரம் காத்திருந்துத் தன் பங்குக்கறியை வாங்கிச் சென்றார். தலைக்கட்டு வரி நூற்றி இருபத்தைந்து ரூபாயை மாசிமாசம் வசூலிக்க ஆரம்பித்தால் பங்குனிக் கடைசியில் சாமிகும்பிடு முடியும் இறுதி நேரத்திலும் வரும் ஜனக்கூட்டம். பங்குக்கறியை வீட்டுக்கு அனுப்பும் முன்பாகவும் சிலபேர் கடைசி நிமிடத்தில் ஓடிவந்து மடிந்து கசங்கிய, சுண்ணாம்புக்கறையில் வெள்ளையான பணத்தைத் தந்து அவர்கள் பெயரில் வரியை எழுதிக்கொள்ளச் செல்கிறார்கள். அறுபட்டு ரத்தத்தில் தோய்ந்து நிலைகுத்திய கண்களோடு அனாதையாய் மண்தரையில் கிடந்தன நாலைந்து சேவல்களின் தலை. ரெண்டுநாள் திருவிழாவில் இரண்டாம்நாளான புதன்கிழமைக் காலையில் ஆட்டுக்கறியைக் கூறுபோட்டு வரிகட்டிய வீட்டுக்கு அனுப்பி வைத்தோம். வீட்டில் வழக்கமான மாட்டுக்கறி சமையல் உண்டு. திருவிழா என்பதால் கோயில் நிர்வாகம் சார்பாக ஆட்டுக்கறி. நேர்த்திக்கடனாய் சேவல் நேர்ந்து விட்டவர்களின் வீட்டில் சேவல்கறியும் மணக்கும்.

எல்லோர் வீட்டிலும் அதே ஆட்டுக்கறிக் குழம்புதான் என்றாலும், “குப்பாயி அத்தை வீட்டுக்குப் போய் இதைக் குடுத்துட்டு வா...”

ஒரு வீட்டிலிருந்து இன்னொரு வீட்டிற்கு கிண்ணங்களில் குழம்பைக் கொடுத்தனுப்புவதும், "பெரியம்மா, எங்கம்மா குடுத்து விட்டுச்சு." சாலம்மாள் வீட்டிலிருந்து வரும் குழம்பை வாங்கி வைத்துக்கொண்டு, "உட்காருடி. இந்த சூப்பு எலும்ப கொஞ்சம் கடிச்சுட்டுப் போவ..." குழம்பு கொண்டு வந்த தன் தங்கச்சி மகளை உட்காரச் சொல்லி எலும்பையும், உப்புக் கறியையும் கொதிக்கக் கொதிக்க ஒரு கிண்ணத்தில் அள்ளிப் போட்டு சாப்பிட வைத்து அனுப்பி வைப்பாள் செல்லம்மாள்.

செவ்வாய்க்கிழமை இரவில் ஆரம்பித்த மதுரைவீரன் தெருக்கூத்து புதன் இரவிலும் தொடர்ந்து நடக்கும். திருவிழா முடிய வியாழன் காலை ஆகிவிடும். திருவிழாவின் எந்த நிகழ்ச்சிக்கும் வராமலிருக்கும் கள்ளத்தெரு, கவுண்ட வீதி, நாய்க்கர் வீதி, பள்ளத்தெரு குடியானவர்கள் மதுரைவீரன் கூத்தைப் பார்க்க மட்டும் தவறாமல் வந்துவிடுவார்கள். அதற்காக மட்டும் ஊர் மந்தையை உபயோகித்துக்கொள்ளலாம் என்று யார் அனுமதித்தார்களோ தெரியவில்லை. ஒருவேளை கந்தனைக் கேட்டால் தெரியலாம். மளிகைக்கடை அண்ணாச்சி சின்ன வாண்டாக மூக்கொழுகித் திரிந்த வயதிலிருந்தே என்னோடு நட்பாய் இருந்தான். ஆனாலும் அண்ணாச்சியை 'அண்ணாச்சி மகனே', என்றழைக்கும் உரிமை மட்டுமே அப்போது எனக்கிருந்தது. இப்போது அதெல்லாம் மாறிவிட்டது. இப்போது அவன் 'மளிகைக்கடை அண்ணாச்சி'. அவனின் அய்யா காலமானதிலிருந்து அவன் தோளுக்குத் துண்டு ஏறியது. எம்.80 வண்டியின் சாவியும், மளிகைக்கடை சாவியும் இப்போது அவன் கையில். என்னிடம் கூத்து நடக்கும் திட்டுக்குக் கீழேயே அவனுக்கும் சேர்த்து இடத்தைப் போட்டு வைக்கச் சொல்லிவிடுவான்.

"பாண்டி வளநாட்டில் பானுவைப் போல் விளங்கும்
ஆண்டிகையாம் எங்கள் அதிவீரன் கதைசொல்வேன்"

பாட்டோடு கூத்துத் தொடங்கும் சத்தம் கேட்டவுடன், அண்ணாச்சி கடையை அடைத்துவிட்டு, எனக்காகப் 'பூமார்க்' பீடி ஒருகட்டும், பொரியில் பொட்டுக்கடலையை கொஞ்சம் அதிகமாகக் கலந்து, வெல்லத்தைப் பெரிதும், சிறிதுமாக பிய்த்துத் தூவிவிட்டு பெரிய பொட்டலத்தையும் எடுத்து வருவான். "வெள்ளையம்மா அவ்வளவு உறுத்தா இல்லையே" என்பான். "ஏன் அண்ணாச்சி, இதுக்காக பத்மினியையா கூட்டிட்டு வர முடியும்?" கொஞ்சம் சத்தமாகத்தான் கேட்டேன். நாக்கைத் துருத்தியபடி, "நம்ம ஊரு பத்மினியைக் கூப்பிட்டா நல்லாத்தான் இருக்கும்டா." நக்கலாய் சிரித்தார். அண்ணாச்சி மகனுக்கு எங்க அஞ்சாம் வகுப்பு ராஜம்மா எப்போதுமே பத்மினிதான்.

பால்குடங்கள் காலனியில் இருக்கும் நான்கு வீதிகளைச் சுற்றி ஆற அமர எட்டு வைத்து நடந்தால்கூட அதிகம் போனால் அரைமணி நேரம் ஆகாது. அந்தக் காலனியைச் சேர்ந்த நரம்பனும் முத்தையாவும் தப்பு

வீரபாண்டியன் ◆ 77

அடித்துக்கொண்டு முன்னால் நடக்க, ஒவ்வொரு வீட்டுக்கு முன்பும் அருள் இறங்கி சாமியாடுபவர்கள் "ம்ம்ம்ம்ம்.."மென்று உறுமி, இரு கைகளையும் முறித்துக்கொண்டு உடல் அதிரக் குதித்து ஆடி, விரிந்து கிடக்கும் முடிக்கற்றைக்குள்ளிருந்து அரைக்கண்களை மட்டும் திறந்து மேல்தூக்கிப் பார்த்து "இந்த ஆடி கழியட்டும்... ம்ம்ம்ம்.... ஒங் குடும்பத்துல புதுவரவு ஒன்னு வந்து சேரும்... ம்ம்ம்ம்..."மென்று உறுமிக்கொண்டே வாக்கு சொல்லி ஒரு மணிநேரத்தைக் கடத்தி விடுவார்கள்.

பால்குடம் தூக்கி வரிசையில் வரும் எல்லோர் காலுக்கும் நிறைகுடத்துத் தண்ணீரைக் கவிழ்த்து வரிசையாக ஊற்றிவிட்டு முன்னால் வந்து ஊர்வலத்தை நடத்திச் செல்லும் பட்டம்மாள் கோயில் பூசாரி காளியப்பனிடம் காலில் விழுந்து வணங்கி திருநீறைப் பெற்றுச் செல்லும் ஒவ்வொரு வீட்டின் முன்பும் சில நிமிடங்கள் கழியும். ஊர்வலத்தில் வீதிகளைச் சுற்றிக் கூட்டமாக நடந்து செல்லும் சுமார் இருபது பேரும் எவ்வளவு நேரம் நடந்தாலும் எந்த அலுப்பும் காட்டுவதில்லை. ஊர்வலத்தை வழிநடத்தும் டிரம்சும், தப்பும் எல்லோரையும் ஆட்டம்போட வைக்கும். எங்கள் அக்கா மகன் கண்ணன்தான் தப்படிக்கு வழக்கமாகக் குத்தாட்டம் போட்டு வளைத்து வளைத்து ஆடாமல் கைகளையும் கால்களையும் ஒடித்து மடித்து வித்தியாசமாக ஆடும் ஆட்டக்காரன். மதுரைடவுனிலும் 'செமத்தியா ஆட்டம் போடுவான்' என்ற பெயரெடுத்திருந்தான். ஒவ்வொரு முழுப்பரீட்சை லீவுக்கும் மதுரையிலிருந்து தவறாமல் ஊருக்கு வந்துவிடுவான். கந்தன் தாத்தா வீட்டுக்குத்தான் வருவான். வரும் சமயத்தில் வெகுவைபவமாக நடக்கும் திருவிழாவின் வீதி ஊர்வலத்தில் ஒலிக்கும் தப்புச்சத்தம் அவன் உடலுக்குள் சிலிர்ப்பை ஏற்படுத்தி உள்ளிழுத்துக் கொள்ளும். தப்படிக்கு முன்னால் அவன் வயசுப் பையன்களோடு சேர்ந்து ஆடும் ஆட்டத்தைக் கண்டு, "தப்படிக்கு மதுரைக்காரன் என்னா ஸ்டைலா டிஸ்கோ ஆடுறான் பாரு." மூச்சிரைக்க ஆடும் கண்ணனின் நளினமான ஆட்டத்தைப் பார்த்து ஊர்வலத்தில் நடந்துகொண்டிருப்பவர்கள் பேசிக்கொள்வார்கள். எந்த வீட்டு விசேஷம் என்றாலும் ஒலிபெருக்கிக்கு முன்பு நின்று காதுசவ்வு கிழியும் பாட்டுச் சத்தத்திற்கு ஏற்ப கைகால்களை அசைத்து நெளித்து ஒடித்து ஆடுவதை "டேய்... கொஞ்ச நேரம் மூச்சை நல்லா விட்டுட்டுத்தான் ஆடுறது" என்று கிண்டலடித்தாலும் அவன் காதில் வாங்கிக்கொள்வதில்லை.

கோயில் திருவிழா என்றில்லை. அவன் ஊரிலிருக்கும் பங்குனி, சித்திரை மாதங்களில் ஊரில் எந்த விசேஷமென்றாலும் ஆட்டம் பாட்டம்தான். குடியானத்தெருவில் விசேஷங்கள் என்றால் அவனால் அவர்கள் வீட்டின் முன்னால் கட்டப்பட்டிருக்கும் ஒலிபெருக்கியின் முன்னால் சென்று தன் ஆசைதீர ஆடிக் களிக்க முடியாததை ஊரின் முக்கிய அடையாளமாய் இருக்கும் பாறைமலையின் உச்சிக்குச் சென்று தன்னந்தனியே ஆடித் தீர்த்துக் கொள்வான். பாறையின் உச்சியில் இருந்து கேட்டால் சுற்றியிருக்கும் பன்றிமலை, சடையாண்டி மலையைத் தொட்டுப் பாட்டுச் சத்தம்

எதிரொலிக்கும். பாறைமலை உச்சிதான் அவனின் கச்சேரி மேடை. கண்ணன் பாறையின் உச்சியிலிருந்து இந்தச் சத்தத்தைக் கேட்டால் போதும். "சீக்கிரம் ஓடு மாமா. பாட்டு முடியுறதுக்குள்ள மேல போகணும்." பாறைகளில் தாவித்தாவி ஓடிப்போய் உச்சியை அடைவான். இறுகப் பற்றிய என் கைகளை விடுவித்துக்கொள்ள முடியாமல் நானும் தாவித்தாவி அவனோடு பாறைமலையின் உச்சியை அடைவேன். ஊரில் எப்போது எந்த நிகழ்ச்சி நடக்கும், எப்போது ஒலிபெருக்கிக் கட்டுவார்கள் என்று மனம் ஏங்கிக் காத்திருப்பான் போல. ஒலிபெருக்கியிலிருந்து வெளிப்பட்டு காற்றில் கலந்து வரும் பாடல்களைக் கேட்டுக்கொண்டே பாறையில் படுத்துக் கிடக்கும் சுகத்திற்கு ஈடேயில்லை. அப்படிக் கிடப்பதிலும் கேட்பதிலும் எனக்கும் அலாதி சுகம். இருவரின் சுகமும் காற்றில் கலந்திருந்தது. காற்றின் சுகம் எங்களில் கலந்திருந்தது.

ஆட்டத்தைத் தவிர கண்ணனின் அடுத்த கொண்டாட்டம் தினமும் குளம், கிணறு, பம்புசெட்டு, வாய்க்கால் என்று ஏதோவொன்றில் அவனுக்குக் குளித்தாக வேண்டும். அதிலும் குளத்தில் நீச்சலடித்துக் குதியாட்டம் போடுவது என்றால் எருமைமாடு மாதிரி நாள்முழுதும் தண்ணிக்குள் ஊறிக் கிடப்பான். பாறைகளை வெட்டியெடுத்ததோடு, உட்புறம் இருந்த மண்ணையும் சுரண்டியெடுத்துவிட்ட பிறகு பாறையின் மேற்கு அடிவாரத்தில் உண்டான பள்ளம் மழைநீர் தேங்கி நின்று ஊரின் குளமாக உருமாறியிருந்தது. கண்ணனுக்குப் பாறையின் உச்சியிலிருந்து குளத்திற்குள் 'தொபுக்கடீரென' குதித்து விளையாடுவதில் சுகம். ஆடி ஆடிக் களைத்துப்போன உடலுக்குக் குளத்தில் குதியாட்டம் போட்டால் இன்னும் ஆடிக் களிக்கலாமென்று துண்டையும், தனக்குப் பிடித்த 'லக்ஸ்' சோப்பையும் எடுத்துக்கொண்டு கிளம்பினான். வழக்கம்போல என்னையும் இழுத்துக்கொண்டுதான் கிளம்பினான். அன்றைக்கு வயிறு சரியில்லை. வயிற்றைத் தடவிக் காட்டி கருவேலமரப் புதருக்குப் பின்னால் ஒதுங்கினேன். குத்தவைத்து உட்கார்ந்த இடத்திலிருந்து குளக்கரை பத்தடி தூரம்தான். பச்சைநிற நீரலைகள் கரையை மோதிக்கொண்டிருந்தன. இங்கிருந்தே அந்த வட்டக்குளம் மொத்தமும் தெரிந்தது. துண்டைத் தலையில் சுற்றித் தலைப்பாகையாகக் கட்டியிருந்த ஒருவன் பசுமாட்டை வைக்கோலை வைத்துத் தேய்தேயென்றுத் தேய்த்தான்.

"சித்தெறும்பு கடிச்சு
சீழு புடிச்சுச்சான்
அடி சீக்காளி மாடே!
சில்வண்டு கடிச்சு
காலு தடிச்சுச்சான்
என் சோக்காளி மாடே!"

பாட்டைப் பாடிக்கொண்டே தண்ணீரில் வைக்கோலை நனைத்து மறுபடியும் மாட்டின் வாலைத் தூக்கிப் பின்தொடையில் சாணத்தின் சுவடு மறையும் வரை மேலும் வலுவாகத் தேய்த்தான்.

துணி துவைப்பதற்காகக் கரையில் கிடந்த கல்லின்மீது துண்டையும் சோப்பையும் வைத்த கண்ணன் சில அடிகள் எட்டு வைத்துப் பின்னுக்கு நகர்ந்து முன்னே ஓடிவந்து அந்தரத்தில் தாவி முழங்காலுக்குக் கீழே இரண்டு கால்களையும் மடக்கி, கைகள் இரண்டையும் றெக்கையைப் போல விரித்து 'ஹோ...'வென்று கத்திக்கொண்டே குதித்தான். நீருக்கடியில் இருந்த தரையைத் தொட்டுவிட்டு மேலே எழுந்து இரண்டு கால்களையும் தூக்கித் தூக்கி நீச்சலடித்துக் கரையை அடைந்தான். பசுமாட்டின் அருகில் சென்று 'சரக்'கென இரண்டு கைகளையும் ஆகாய திசைக்கு நேராகத் தூக்கித் தலைகீழாகப் பின்னால் தாவினான். இரண்டு கைகளையும் அகல விரித்துக் கரையை நோக்கி நீச்சலடித்து முன்னேறி வெளியே வந்தான்.

வெளியே வந்தவன் குளத்தங்கரையின் பக்கவாட்டிலேயே வட்டமாகச் சுற்றி நடந்து பாறையின் உச்சிக்குச் சென்றான். அடிவரை வெட்டியெடுக்கப்பட்டிருந்த செங்குத்தான பாறையின் உச்சியிலிருந்து நீருக்குள் குதித்தான். வானத்தின் உயரத்திலிருந்து கீழ்நோக்கிப் பறந்து வந்த பறவையைப் போலக் காற்றில் சரிந்து வந்து 'தொப்'பென்று குதித்ததும் குளத்துநீரின் கறும்பச்சை மேற்பரப்பு மேலெழுந்து கீழிறங்கி அலைஅலையாய் சுற்றி வட்டங்களை உருவாக்கிக் கரையில் போய் மோதிப் பின்வாங்கி மறுபடியும் அலைகள் மையத்தை நோக்கி வந்தன. அதில் வெய்யில் பட்டதும் கறுத்த நீர்ப்பரப்பு பழுப்பு நிறத்தில் மினுமினுத்தது. சிலதுளிகள் நான் உட்கார்ந்திருந்த கருவேலப் புதர் முன்னும் தெறித்து விழுந்தன. 'சொய்...ங்'கென்று நீருக்குள் மூழ்கி வேகமாகத் தரையைத் தொட்டவன் ஒருபிடி மண்ணைக் கையில் அள்ளிக்கொண்டு மேலே வந்தான். கரையில் நான் வந்து விட்டேனாவென்று சுற்றும் முற்றும் பார்த்துத் தேடினான். இரண்டு பெரியவர்கள் கரையில் வேட்டியை அவிழ்த்து வைத்துவிட்டு கோவணத்தோடு குளத்துக்குள் இறங்கி அவனுக்கு எதிராக நடுஆழத்திற்குப் போனார்கள். கைப்பிடி மண்ணை மேலேத் தூக்கிக்கொண்டே மிதந்து வந்து கரையை அடைந்தான். பக்கத்தில் அம்மா ஒருத்தி துணிகளைத் துவைத்துக் கொடுக்க, அவளின் மகள் ஒவ்வொரு துணியையும் வாங்கிக்கொண்டு போய் புற்கள் நிறைந்த தரையில் விரித்துக் காயப் போட்டாள். என்னைப் புதர் நன்றாக மறைத்திருந்தது என்பதை ஒருமுறை மறுபடியும் பார்த்துக்கொண்டேன். சாயம்போன விதவிதமான வண்ண உடைகள் அந்தக் கரைமுழுக்க காற்றில் சடசடவெனப் பறந்தும், சுருண்டும் கிடந்தன. கண்ணன் கரையை அடைந்ததும் மண்ணை வைத்து உடம்பை அழுத்தித் தேய்த்தான். கறுத்த உடம்பு கருஞ்சிவப்பானது.

குடுகுடுவென உச்சிக்கு மீண்டும் ஓடினான். மறுபடியும் ஒரு 'சொய்...ங்'. இந்த முறை அடியில் கிடந்த வழுவழுப்பான கூழாங்கல் ஒன்றை

எடுத்துக்கொண்டு கரைக்கு வந்தான். சோப்பை எடுத்தான். தேய்த்துத் தேய்த்து நுரை பொங்கியதில் காற்று முழுதும் லக்ஸ் சோப்பின் நறுமணம் படர்ந்தது. பக்கத்தில் துவைப்பதற்காகப் போடப்பட்டிருந்த சொரசொரப்பான பாறாங்கல் அருகில் நெஞ்சு வரைக்கும் பாவாடையை ஏற்றிக் கட்டி, வலதுகையை மடக்கி மேலும்கீழும் முதுகு அழுக்கைக் கஷ்டப்பட்டுத் தேய்த்து எடுத்துக்கொண்டிருந்த பெண்ணொருத்தி நாசியை அடைந்த லக்ஸ் சோப்பின் நறுமணத்தில் முகம் மலர்ந்தாள். முகம் மலர்ந்து பக்கத்தில் சோப்பைக் கரைத்துக்கொண்டிருந்த கண்ணனைத் திரும்பிப் பார்த்தாள். அவள் பார்வையின் ஏக்கம் தாங்கமாட்டாமல், உடனே நுரை படிந்திருந்த சோப்பைக் குளத்துநீரில் கழுவி "இந்தாங்கக்கா..." என்று சோப்பை நீட்டினான். கொஞ்சம் தயங்கி யோசித்தவளை, "அக்கா, எனக்குத் தேமல் எதுவும் இல்லை. சும்மா போட்டுக்கோங்க. ஒன்னும் ஆகாது." அவளின் சந்தேகத்தைப் போக்கியவன் போல கையில் கொடுத்துவிட்டு "அந்தத் துண்டுக்குப் பக்கத்துல வச்சிருங்க." கத்திக்கொண்டே தண்ணீரும் சோப்புநுரையும் குலுங்கிச் சிதறி தரையில் விழ உச்சிக்கு ஓடினான்.

"சொய்ங்'கென்று உச்சியிலிருந்து குதித்து நீர்ப்பரப்பில் வட்ட அலைகளை எழுப்பினான். கரையில் மோதிய அலைநீர் அவள் சோப்புப் போட்டிருந்த கால்பகுதியைக் கழுவிவிட்டுப் போனது. மறுபடியும் சோப்பை எடுத்து துவைப்புக் கல்லில் காலை நீட்டிக் குனிந்து சோப்பு வைத்துத் தேய்த்தபோது நாசியை அடைந்த லக்ஸ் சோப்பின் நறுமணத்தை முகர்ந்து முகர்ந்து உண்டான குதூகலம் அவள் முகத்தில் தெரிந்தது.

குளத்துநீர் எகிறி தரையில் வந்து விழுமளவுக்குக் கால்களைத் தூக்கி நீரில் அழுத்தி நீச்சலடித்துக்கொண்டே கரைக்கு வந்து சேர்ந்த கண்ணனை "ஏன்டா தம்பி, ஊருக்கு புதுசா தெரியிற. அசலூரா?" என்று கேட்டாள். "உஸ்.. உஸ்.."ஸென்று மூச்சுவிட்டுக்கொண்டிருந்தவன் 'ஆமா..ம்' என்பது போலத் தலையாட்ட நீர்த்துளிகள் தெறித்து அவள் உடம்பின் மேலும் சில விழுந்தன.

"யார் வீட்டுக்கு வந்துருக்கறவன்?" என்று கேட்டாள்.

"கந்தன் பேரன்." மூச்சின் வேகம் இன்னும் குறையவில்லை.

"கந்தனா?! அந்தக் கருவாச்சி பேரனா நீ?"

'ஆமாம்' என்பது போல் தலையாட்டி, 'தம்' கட்டி வைத்திருந்த மூச்சை 'ஃபூ...வ்வ்வ்...'வென்று பெருமூச்சாய் விட்டான்.

"யாரு என்னன்னு மொதல்லேயே சொல்லக்கூடாதா." முகத்தில் திரண்டிருந்த சோப்புநுரையை வழித்துக்கொண்டு வழிந்த நீர்க்கோடுகளில் அவளின் ஆத்திரமும், ஒவ்வாமையும், எரிச்சலும் ஒருசேர பொரிந்து வந்தன. சோப்பைக் கல்லில் வைத்துவிட்டு விறுவிறுவென நீருக்குள் சென்று மூழ்கினாள்.

நடந்ததைப் பார்த்துப் பதறி குளத்தின் மூலைக்குச் சென்று கழுவிவிட்டு நான் அவனை நோக்கி ஓடோடி வந்தேன். கல்லில் வைத்த லக்ஸ்சோப் நழுவி சரிந்து மண்ணில் விழுந்திருந்தது. மண்ணும், கற்களும் ஒட்டிக்கொண்ட சோப்பை எடுத்து நீரில் கழுவிய பிறகும் அப்பியிருந்த பொடிக்கற்களை எடுக்க சிரமப்பட்டான் கண்ணன். எரிச்சலோடு கண்ணன் திரும்பிப் பார்த்த சமயம் அவள் உடலை அழுத்தித் தேய்த்து நீருக்குள் மூழ்கி எழுந்து மறுபடியும் தோலையே உரித்து எடுத்துவிடுவதைப் போலத் தேய்த்துக்கொண்டிருந்தாள். பக்கத்திலிருந்த பாறாங்கல்லில் சோப்பை வைத்துவிட்டு நீருக்குள் தாவினான் கண்ணன். அங்கங்கே குளிப்பதில் சுகம் கண்டிருந்த சிலரைத் தாண்டி நீந்தினான். அவள் நீருக்குள் மூழ்கியிருந்த சமயம் பக்கத்தில் சென்றவன் வாய் நீளமாக விரிந்தது. உதட்டைச் சுழித்து, கண்களைச் சுருக்கி, கழுத்து நரம்பு புடைக்க 'ம்ம்..'மென்ற முனகலோடு ஒரு முக்கு முக்கினான். அவள் எழுந்த நேரத்தில் அங்கிருந்து விலகி நீந்தி சற்று தூரத்தில் சென்று நின்றுகொண்டான். அவனின் இடதுகை மேலும் கீழும் அசைந்து பின்புறத்தைக் கழுவிக்கொண்டிருந்தது. அதைப் பார்க்க பார்க்க எனக்குச் சிரிப்புதான் வந்தது. மேலேறி கரைக்கு வந்தவன் முகம், நெஞ்சு, வயிறு, முதுகு, கைகள், கால்கள் என உடம்பு முழுக்க சோப்பை நுரைபொங்கத் தேய்க்க அதிலிருந்து வரும் நறுமணம் காற்று மோதும் நீரலைகளில் பட்டு அந்தக் குளமெங்கும் கமழ்ந்தது.

உயிர் எழுத்து (மார்ச், 2018)

வெள்ளாட்டுக் கறி

பேராசிரியர் சாமிநாதன் எல்லாருக்கும் 'நாதன்' என்றே அறிமுகம். அதே ஊரில் இருக்கும் புகழ்பெற்ற கல்லூரியில் இணைப் பேராசிரியராகப் பணிபுரிகிறார். பேராசிரியருக்குப் போகிற இடங்களிலெல்லாம் ஏகப்பட்ட நண்பர்கள். காலையில் நடைப்பயிற்சிக்குப் போகும் விளையாட்டு மைதானத்தில் முப்பதுக்கும் மேற்பட்ட நண்பர்கள். டீக்கடை, சலூன் கடை, ஓட்டல் என எங்கு போனாலும் நண்பர்கள் கூட்டத்தைக் கூட்டிவிடுவார். அவர்களுக்குள்ளாக அமைத்துக்கொண்ட 'வாக்கர்ஸ் கிளப்'பின் தலைவர் அவர்தான்.

பேராசிரியர் நாதன், அரசு அதிகாரிகள், தனியார் துறையில் வேலை செய்யும் சிலர், உள்ளூரில் தொழில்செய்யும் சிலர் எனப் பெரும் படையாகச் சேர்ந்து நடந்துகொண்டிருந்தனர். தினமும் அதிகாலை ஐந்தரை மணிக்குக் கூடும் இவர்கள் ஏழுமணி வரை நடந்துகொண்டே பேசிக்கொண்டிருப்பர். இவர்கள் நடப்பதற்காகப் பேசுகிறார்களா அல்லது பேசுவதற்காக நடக்கிறார்களா என்று தினமும் அங்கு அவர்களைக் காணும் சிலருக்கு சந்தேகம். தன் அண்ணன் மகள் திருமண நிச்சயதார்த்தத்திற்கு வந்திருந்த தன் சகலையையும் இன்று நடைப்பயிற்சிக்கு அழைத்து வந்திருந்தார்.

நாதனுக்கு வயது நாற்பத்தைந்தைத் தொட்டுவிட்டதால் வழுக்கையை அவ்வளவாகக் கண்டுகொள்வதில்லை. ஐந்து வருடங்களுக்கு முன்புவரை முடியை வளர்க்க பகீரத பிரயத்தனங்களில் ஈடுபட்டிருந்தார். வழுக்கையிலும் ஆள் பார்ப்பதற்கு சிகப்பாக, லட்சணமாக இருக்கிறார் என்று நண்பர்கள்

சொன்னாலும் அதை நம்பாமல் தன் அழகைக் கூட்டுவதில் கண்ணும் கருத்துமாகச் செயல்பட்டார். உடலை இளமையாகவும், வலிமையாகவும் வைத்துக்கொள்ளும் முறைகள் குறித்து தினமும் நண்பர்களுக்கு இலவச வகுப்பெடுப்பது என்பது அதிகாலையிலேயே ஆரம்பித்துவிடும்.

நண்பர்கள் முன்னிலையில் அருகம்புல் சாறைக் குடித்தும், பச்சிலைகளைத் தின்றும் உடலைப் பராமரிக்கும் ஆர்வத்தைத் தூண்டுவார். ஒருமுறை நிறைய பச்சிலைகளைத் தின்று வயிற்றுக்கடுப்பு ஏற்பட்டு நன்றாகப் பிடுங்கிக்கொண்டு போனதால் இரண்டு நாட்கள் நடைப்பயிற்சிக்குக் கூட வரவில்லை. ஆனால் அதை வெளியில் சொல்லாமல் மறைத்துவிட்டார்.

ஏதோ ஆசிரமத்தில் சொன்னார்கள் என்று சொல்லி உடம்பைக் குறைக்க, மேனி அழகைக்கூட்ட ஒரு மண்டலம், அதாவது நாற்பத்தெட்டு நாட்களுக்குப் பத்தியம் இருக்கிறேன் என்று சொல்லி சாப்பிட வேண்டியதையெல்லாம் ஒதுக்கி வைத்துவிட்டு சாப்பிடக் கூடாததை கொஞ்சம் அதிகமாகவே சாப்பிட்டுத் தொலைத்துவிட்டார். உடம்பில் சர்க்கரை குறைந்து, ரத்த அழுத்தம் அதிகமாகிக் கடைசியில் மருத்துவமனையில் சேர்த்து ஸ்லைன் பாட்டிலில் மருந்தை ஏற்றினார்கள். இரண்டு நாட்கள் மருத்துவமனையிலும் இருக்க வைத்துவிட்டார்கள். எல்லா நண்பர்களும் மருத்துவமனைக்கு வந்து நலம் விசாரித்துவிட்டுப் போனார்கள். ஆசிரம நண்பர்கள் இரண்டுபேர் சேர்ந்து வந்து நலம் விசாரித்தார்கள்.

"என்னங்க நாதன் சார், உடம்புக்கு இப்போ எப்படி இருக்கு? மருந்து சொன்ன மாதிரி முறைப்படி சாப்பிட்டா இப்படியெல்லாம் ஆகாது சார்" என்றனர். அவரைக் கேலி பேசுவது போல தெரிந்தது.

"ஆசிரமத்தில் அந்த மருந்துகளைத் தரும்போது எப்படிப் பயன்படுத்த வேண்டுமென்று சொன்னார்களோ அதையும் நினைவுபடுத்திக்கொண்டு, அந்த மருந்துப்பெட்டியில் இருந்த காகிதத்தில் கொடுக்கப்பட்டிருந்த 'மருந்தை எடுத்துக் கொள்ளும் முறை'யை நன்றாக ஒரு முறைக்கு இரு முறை படித்துவிட்டு அதைப் போலவே சாப்பிட்டேன்" என மனதில் நினைத்துக்கொண்டே பேராசிரியர் அதிர்ச்சியில் உறைந்து போனவராக அவர்களைப் பார்த்துக்கொண்டிருந்தார்.

"இந்தாங்க..." என்று இப்போதிருக்கும் உடல் நலிவைச் சரிப்படுத்த வந்திருந்த இருவரில் ஒருவர் பேராசிரியரின் கையில் நான்கு மருந்துப்பெட்டிகளைத் திணித்தார். சித்தப்பிரமை பிடித்ததுபோல இருந்த அவர் அதிர்ச்சி குறையாமல் நடுக்கத்தோடு அந்த மருந்துகளை வாங்கிப் பக்கத்தில் வைத்தார். அதை எப்படி உபயோகிக்க வேண்டுமென்று அவர் நீண்ட செயல்முறை விளக்கம் கொடுத்ததற்குப் பலமுறை தலையாட்டினார்.

அந்த ஆசிரமம் விற்கும் மூலிகை மருந்துகள் எல்லாமும் இமயமலையில் உள்ள சுத்தமான மழைநீர், அரிய மூலிகைகள் கொண்டு தயாரிக்கப்பட்டவை என நண்பர்களிடம் பெருமையாகச் சொல்லிச் சொல்லிக் கிட்டத்தட்ட

அதன் மார்க்கெட்டிங் ஏஜெண்டாக மாறியிருந்த அவர் உயிர் பயத்தில் ஆசிரம மருந்துகளைத் தொடவேயில்லை.

இப்படித்தான் ஒருமுறை கல்லூரியில் உடன் பணியாற்றும் இருவர் இவரிடம் மருத்துவ அறிவுரைகள் கேட்டு தலைமுடி அடர்த்தியாய் வளர்வதற்காக மஞ்சள்நிறப் பசையைத் தடவிக்கொண்டு மூன்று மாதங்களாகத் திரிந்தார்கள். முதல் இரண்டு வாரங்கள் இரவில் தேய்த்துக்கொண்ட மஞ்சள்பசை மிகவும் குளிர்ச்சியாக இருப்பதாகச் சொல்லி மகிழ்ச்சியைப் பரிமாறிக்கொண்டனர். அவர்கள் மகிழ்ந்து பாராட்டிப் பேசும்போதெல்லாம் பேராசிரியர் பெரும் சாதனையைச் செய்ததாக மகிழ்வார். ஆறு வாரங்களுக்குப் பிறகு இருக்கும் முடியும் கொட்டுவதை அதிர்ச்சியோடு விவரித்தனர். சமாதானம் சொன்னார். தேர்ந்த நாட்டுவைத்தியரைப் போல பசையை அப்பும் முறையை மாற்றச் சொன்னார். மாற்றிப் பார்த்தும் முடி வளராததை எண்ணித் திகைத்து இருவரும் பன்னிரெண்டு வாரங்களுக்குப் பிறகு நல்ல மருத்துவர் ஒருவரை அணுகினர். மருத்துவர் அந்த மஞ்சள்பசை டப்பாவைப் பார்த்துக் குழம்பிப் போனார். 'நீங்கள் படித்த முட்டாள்கள்' என்னும் தொனியில் சிரித்துக்கொண்டே செல்லமாக அவர்களைக் கடிந்துகொண்டார். இந்த இரண்டு கல்லூரி நண்பர்கள் மட்டுமல்லாது, இவரிடம் அலைந்தவர்கள் எல்லாம் இவரால்தான் தலைமுடி சீக்கிரம் கொட்டிவிட்டதாக எண்ணித் தலையில் அடித்துக்கொண்ட கதை அவரின் நினைவில் அந்நேரத்தில் தேவையில்லாமல் வந்து போனது.

பேராசிரியர் உள்ளூரில் பிரபலமடைந்த சொற்பொழிவாளர். சிறு சிறு நிகழ்ச்சிகளை ஒருங்கிணைப்பதிலும் முன்னணியில் இருப்பவர். ஒவ்வொரு நிகழ்ச்சியிலும் தவறாமல் தன்னுடைய சொற்பொழிவை ஆற்றுவார். அவரின் சொற்பொழிவில் பழம்புராணங்கள், காவியங்கள், அந்த நூல், இந்த நூல் என்று பற்பல மேற்கோள்கள் இருக்கும். தம் பாரம்பரியங்களைக் காக்கும் பொருட்டு இன்னுயிரையும் கொடுக்க சித்தமாயிருக்க வேண்டும் என்று ஒவ்வொரு சொற்பொழிவின் போதும் சூளுரைத்து முடிப்பது அவரின் வழக்கம்.

"அண்ணாச்சி என்னம்யா செய்றீரு" என்று சொல்லிக்கொண்டே அண்ணாச்சி கொடுக்கும் தண்ணியைக் குடிக்க மாட்டார்.

"என்னம்யா வேலு, உங்க அம்பேத்கர் நகர்ல கொடையா. எங்களையெல்லாம் கூப்பிட மாட்டீகளோ" என்று கேட்பார். தாம்பூலம் கொடுத்து அழைத்தாலும் அந்தச் சேரிக்குள் நுழைய மாட்டார். இப்படி செய்யும் போதெல்லாம் மனசுக்குள் மிகச்சரியாக நடந்துகொண்ட திருப்தி ஏற்படும்.

பேராசிரியர் தினமும் அதிகாலை ஐந்து மணிக்கு நடைப்பயிற்சிக்குச் செல்லும் வழியில் இந்தச் சேரியைக் கடந்துதான் செல்ல வேண்டும். அந்தச் சேரியைக் கடக்கும் போது மட்டும் அவரின் வண்டி வேகத்தைக்

கூட்டும். என்ன செய்வது? பேராசிரியரின் மனம் போனபடி வண்டி ஒத்துழைக்கத் தயாராக இருந்த்து. சேரி அல்லவா! சின்ன குறுகலான சாலையில் அந்த வண்டி தேரைப்போல ஊர்ந்துதான் செல்ல வேண்டும். அதுவும் அந்த மாட்டிறைச்சிக் கடை வந்தவுடன் நகர்வது கடினம். கடைக்கு இறைச்சி வாங்க வந்தவர்கள் எந்த ஒழுங்கும் இல்லமால் நிறுத்தியிருக்கும் வண்டிகள் அந்தக் குறுகலான சாலையை இன்னும் குறுக்கிவிட்டது. மாட்டிறைச்சியைக் கடக்கும் ஒவ்வொரு பொழுதும் 'மடார்..' 'மடார்...' என்ற சத்தம் கொட்டகையிலிருந்து கேட்டது. 'கணிங்..' 'கிணிங்..' என இரும்பு ஆயுதங்கள் ஒன்றன்மீது ஒன்று படுவதால் ஏற்படும் ஒலி தொடர்ந்து வந்தன. இடப்பக்கத்தில் இருக்கும் பெரிய கீற்றுக்கொட்டகையில் மட்டும் விளக்கெரிந்து கொண்டிருந்ததைத் தென்னைக் கிடுகுகளின் ஓட்டை வழியே கசிந்து வந்த வெளிச்சம் காட்டிக் கொடுத்தது. கூரை வேய்ந்து இரண்டு வருடங்களுக்கும் மேலாக இருக்கும். நிறைய ஓட்டைகள் தெரிந்தன. ஒரு தகரத்தில் கோணல் எழுத்துக்களிலிருந்த 'மாட்டிறைச்சிக் கடை' அவர்களே பெயிண்டில் சொந்தமாக எழுதியிருந்ததைப் பேராசிரியர் பார்த்துவிட்டு ஒருமுறை ஏளனச் சிரிப்பைச் சிந்தினார்.

கோணலான பெயர்ப்பலகை ஒன்று மட்டும் அந்தக் கடைக்கான அடையாளமல்ல. எங்குப் பார்த்தாலும் தெறித்து விழுந்திருந்த ரத்தக்கறை காய்ந்து திட்டுத் திட்டாகப் படிந்திருந்தது. கொழுப்பும் சவ்வும் அந்தக் கூரையைத் தாங்கி நின்றிருந்த மூங்கில், சவுக்குக் கம்புகளில் ஒட்டியிருந்தன. நீளமாகப் பெரிய பலகை போடப்பட்டிருந்தது. ஐந்துபேர் வசதியாக நின்று கறியை அறுப்பதற்குத் தோதாக இருந்தது. அதற்கு மேலே கையெட்டும் தூரத்தில் கறியைத் தொங்கப் போடும் இரும்புக் கம்பிகள் தொங்கிக்கொண்டிருந்தன. கிழக்கு மூலையில் எலும்பு வெட்டுவதற்கென்று ஒரு பெரிய மரத்தின் அடிப்பாகத்தை அப்படியே அறுத்தெடுத்து வந்து வைத்திருந்தனர். அதை சமதளத்தில் நிறுத்துவதற்காக அதனடியில் மூன்று கற்கள் முட்டுக் கொடுக்கப்பட்டிருந்தன.

ஒருமுறை வண்டி பழுதாகிக் கடையருகில் நின்றுவிட்டது. மெக்கானிக்கை அழைத்து வந்து பழுதுநீக்கி எடுத்துச் சென்றார். பழுதை சரிசெய்யும் வரையில் காத்திருந்த கணத்தில் பொழுதைப் போக்கிக்கொள்ள அங்குமிங்கும் சுற்றிப் பார்த்துக்கொண்டிருந்தவர் தன்னிலை மறந்து இந்தக் கடையின் உள்ளமைப்பு முழுவதையும் நோட்டம்விட்டார். கண்கள் கண்டதையெல்லாம் மூளைக்குள் கடத்திவிட்டது. இவர் தினமும் செய்த யோகா மனதைக் கட்டுப்படுத்த எவ்வாறு தவறியதென அவருக்கே தெரியவில்லை. நினைவு திரும்பியதும் தன்னை நொந்துகொண்டே 'ச்சே...' என்று சொல்லி முகத்தைத் திருப்பிக்கொண்டு போனார். அன்று முழுதும் அவருக்குக் குமட்டிக்கொண்டு வந்தது. இரண்டுமுறை குளித்தும் அந்தக் கவுச்சிவாடை போகவில்லையெனப் பொறுமினார். அந்தக் கடையைப் பார்த்துவிட்டதைப் பாவமெனக் கருதி பலமுறை பிரார்த்தனையும்

செய்தார். அந்த வழியைவிட்டால் அவருக்கு வேறுவழியில்லாமல் அந்தக் கடையை தினமும் தரிசனம் செய்யும்படியான தன் பரிதாப நிலைமைக்கு பூர்வஜென்ம பாவமே காரணம் என்ற தீர்க்கமான நம்பிக்கையுடன் பேராசிரியர் பலமுறை மனதுக்குள்ளேயே நொந்துகொண்டார்.

“எனக்கு நேரமாயிருச்சு. நான் இப்படியே நடந்துக்கிட்டே போய் கறி வாங்கிட்டு வீட்டுக்குப் போகணும். வீட்டுல தலைக்குமேல சோலி இருக்கு” என்று சொல்லி விவாதம் முற்றுப்பெற்றதும் நடைப்பயிற்சியை முடித்துக் கிளம்பினார். எல்லோரிடமும் விடைபெற்றுக்கொண்டு தன் சகலையோடு சேர்ந்து ஆண்டியின் கடையை நோக்கி நடக்கலானார். ஆண்டியின் கடைக்குக் கடந்த இருபதுவருட வாடிக்கையாளர் நாதன். கடையை அடைந்ததும் ஆண்டியைப் பார்த்து உதட்டை இலேசாகப் பிரித்து புன்முறுவல் பூத்தார். வியர்வை ஈரத்தில் தொப்பல் தொப்பலாக நனைந்திருந்த அவர் பனியனுக்குள் அங்கிருந்த வேப்பமரத்தின் காற்றுச் சில்லென்று வீசியது உடலுக்கு இதமாக இருந்தது.

கடையின் வெளியே மூலையில் மூங்கில் கழியில் வெள்ளாடு ஒன்று கட்டப்பட்டிருந்தது. ஓர் இரும்புத் தட்டில் நறுக்கிப் போடப்பட்டிருந்த காய்கறித் துண்டுகளைத் தின்றுவிட்டு காலை மடக்கி உட்கார்ந்து அசைபோட்டுக்கொண்டிருந்தது. ஆடு தலையைச் சிலுப்பியதில் அதன் தலை உச்சியில் வந்து உட்கார்ந்த பெரிய ஈ மிரண்டு பறந்தது. குனிந்து சிறு தும்மல் போட்டதில் அங்கிருந்த மண் சிதறி உள்ளிருக்கும் தரை தெரிந்தது. சிதறிய மண் நாதன் காலில் போட்டிருந்த ஷூவில் பட்டவுடன் அங்கிருந்து விலகித் தள்ளிச் சென்று நின்றார்.

“என்னவே ஆண்டி, சொகமா? எனக்கு ரெண்டு கிலோ சேர்த்துப் போடு” என்று கேட்டார் நாதன்.

“என்ன சார் இன்னைக்கு வழக்கத்தை விட அதிகமா?” என்று கேட்டான். பக்கத்திலிருந்தவரைப் பார்த்து, “சார் யாரு?” என்றான்.

“இவரு என் சவலப்பாடி. வீட்டுக்கு ஒறவுக்காராக வந்து இருக்காங்கல்ல. அதான் கொஞ்சம் எக்ஸ்ட்ரா தேவையிருக்கு” என்று சொல்லி சகலையை அறிமுகப்படுத்தி வைத்தார்.

“ஏதாயிருந்தாலும் கொஞ்சம் முன்னாடியே சொன்னா நல்லா இருக்கும் சார். நல்ல கறியா ஸ்பெசலா எடுத்துட்டு வந்துருவேன் பாருங்க” என்று காரணத்தைச் சொன்னான்.

“அடுத்த வாரத்துல வீட்டுல ஒரு சின்ன விசேஷம் இருக்கி. இருபது கிலோ வரைக்கும் தேவைப்படும். நான் தேதியை முடிவு பண்ணிட்டு தகவல் சொல்றேன்வே” என்றார்.

“நம்ம வீட்டு விசேசம் சார். ரொம்ப ஸ்பெசலா பண்ணிரலாம்“ என்றான். நல்ல வியாபாரம் சிக்கிக்கொண்டதாக உள்ளுக்குள் பூரித்ததை

வெளியில் காட்டிக்கொள்ளவில்லை. மனதுக்குள் என்ன இருந்தாலும் வெளியில் காட்டிக்கொள்ளாத கெட்டிக்காரன் ஆண்டி. காட்டிக்கொண்டால் பாழாய்ப்போவது அவன் தொழில் மட்டுமல்ல. காற்றில் பறக்கக் காத்திருப்பது அவன் மானமும்தான்.

“வீட்டு விசேஷத்துக்கு மட்டன் பிரியாணியும், சுக்கா வறுவலும் செஞ் சா நல்லா இருக்கும்னு நெனக்குதோம். நல்ல சமையல்காரர் இருந்தா சொல்லுவே” என்று கேட்டார்.

“சார், மதி ஓட்டல் மாஸ்டர் சூப்பரா செய்வார். அவரையே வச்சு ஜமாய்ச்சுடலாம் சார்” என்றான் ஆண்டி.

“ஆமா... ஆமா... நான் மறந்துட்டேன். நம்ம கடை இல்லியா அது. போனவாரம் கூட பிரியாணியும், சுக்காவும் பிரமாதமா இருந்ததே! அந்த ஒன்ரக்கண்ணன் தானே மாஸ்டர்... அவனையே அமைச்சுக்கலாம்.” தலையாட்டிக்கொண்டே சொன்னார். பெரும் சுமையாய் கனத்த வேலையை முடித்துவிட்ட மகிழ்ச்சி அவரின் சிரிப்பில் இருந்தது. அவருக்கென்று தனியே எடுத்து வைக்கப்பட்டிருந்த வாழை இலையைப் பிரித்து எடுத்து மடித்து வைத்திருந்த முத்திரையிட்ட வெள்ளாட்டுக் கறியை ஆண்டி துண்டம் போட்டுக் கொடுத்து அனுப்பி வைத்தான்.

மாட்டிறைச்சி வியாபாரம் வெறுமனே வணிகரீதியான இலாபநட்டக் கணக்கு அல்ல. சாதிக்கணக்கும், மதக்கணக்கும்தான் அதன் அச்சாணி. பெரிய மாடு என்றால் வழக்கமான வாடிக்கைகளிடம் விற்பதில் எந்தச் சிக்கலும் இருக்காது. ஆனால் இந்த நடுஇரவில் வந்து, இருள் விலகி விடிவதற்கு முன்பாகவே மாட்டிறைச்சிக் கடையிலிருந்து மாயமாகி விடுவதற்காகக் கடையின் வேலைக்காரர்களோடு வேலையாளாகக் கலந்து பரபரப்பாக வேலை செய்துகொண்டிருக்கும் ஆட்டுக்கறிக் கடைக்காரர்கள் பெரிய மட்டுக்கறியை அறவே தொடமாட்டார்கள். பெரிதுமில்லாமல், சிறிதுமில்லாமல் இருக்கும் நடுத்தரமான மாடுகளைப் பார்த்து “சரக்குனா இப்படி இருக்கணும்” என்பார்கள். இக்கறியை ஆட்டுக்கறியோடு கலக்கும்போது துளி வித்தியாசம் தெரியக்கூடாது. குடியானவர்கள் வாங்கிப் போய் சமைத்துச் சாப்பிடும்போது சுவையிலும் பெரிய மாறுதலைக் கண்டு பெரிய பிரச்சினை செய்துவிடக் கூடாது என்பதுதான் அவர்களின் முதன்மையான நோக்கமாக இருந்தது.

மாட்டை உரிக்கிறவர் தோலில் ஓட்டை விழாமல் உரிக்க அதற்கேற்றவாறு கத்தியைச் சரியாகக் கையாளும் லாவகம் தெரிந்தவராக இருக்க வேண்டும். தோலை விற்பதின் மூலமாக மாடு வாங்கிய மொத்த விலையில் மூன்றில் ஒரு பங்கை எடுத்துவிடலாம். கறியைக் கழிப்பவர்கள் எலும்பில் அதிகமாகக் கறி போய்விடாமல் கழிக்கும் நுணுக்கம் கொண்டவர்களாக இருக்க வேண்டும். இல்லையென்றால் பெரும் வருமான இழப்பைச் சந்திக்க நேரிடும்.

வைகாசி எல்லோரையும்போல மாட்டுக்கறிக்கடையில் புதிதாக வேலைக்குச் சேர்ந்தவுடனேயே குடல் அலசப் பழகிக்கொண்டான். தொடர்ந்து எலும்பு வெட்டுவதற்கும் தலைக்கறியைக் கழிப்பதற்கும் கற்றுக்கொண்டான். தொடர்ச்சியான அனுபவமும் பயற்சியும் மெல்ல மெல்லக் கறியைக் கழித்து அறுக்கவும், இறுதியாக மாடு உரிக்கவுமான திறமையை வளர்த்துக்கொள்ள உதவியது. வேலைக்கு சேரும் யாராயினும் இந்த வரிசைக்கிரமத்தில்தான் 'தொழிலைப்' பழகிக்கொள்ள வேண்டும்.

வைகாசி அடுத்த வாடிக்கைக்கான மாட்டை இழுத்து வர மாடுகள் நிறுத்தப்பட்டிருந்த கொட்டகைக்குள் உள்ளே நுழைந்தான். அடுத்து 'மதி ஓட்டலுக்கு நாலு கிலோ, ஆண்டிக்கு பதினைந்து கிலோ கொடுக்கணும். ஆண்டி வாடிக்கைக்காரன். அவனுக்கான சரக்கு இதுதான்.' மனதுக்குள் கணக்குப் போட்டுக்கொண்டே தரமான செவலை மாட்டின் கழுத்துக்கயிற்றை அவிழ்த்துக் கடைக்குள் இழுத்து வந்தான். வாடிக்கையாளன் ஆண்டி வைகாசியின் சரியான, தரமான தேர்வைப் பார்த்து புன்முறுவல் பூத்தவாறேப் பக்கத்தில் வந்தான். மாட்டை அறுத்து ஆண்டிக்குத் தேவையான கறியை எடுத்து வைத்துவிட்டு வெளியில் வந்த வைகாசிக்கு ஒரு பாக்கெட் கோல்ட் பிளேக் சிகரட்டைக் கொடுத்தான்.

"நெய் சரக்கு. இன்னைக்கு வியாபாரம் செமத்தியா இருக்கும்யா ஆண்டி. ஆறுமுகம் ஓட்டலுக்கு வந்தவுடனே இதைத்தான் போட சொன்னான். நாந்தேன் அவன் தேவை எட்டு கிலோதான். ஆண்டி இருவது கிலோ எடுப்பாப்ல. அவருக்கு ஒரே மாடா போட்டுறலாம் மொதலாளின்னு சொல்லி ஒனக்காக நிறுத்தி வச்சேன்யா" என்று சொல்லிக்கொண்டே ஆண்டி கொடுத்த ஒரு பாக்கெட் சிகரட்டை வாங்கியவன் ஒன்றை மட்டும் எடுத்து உதட்டில் வைத்துக்கொண்டு சைகையில் தீப்பெட்டியைக் கேட்டான்.

விடிவதற்குள்ளாக இந்த இடத்தைவிட்டு நகர்ந்துவிட வேண்டுமென்ற முனைப்புடன் முப்பந்தைந்து நாற்பதுபேர் வரைக்கும் அங்குமிங்கும் திரிந்தவாறு பரபரப்பாக வேலை செய்துகொண்டிருக்க, வைகாசி வெளியில் 'தம்' அடிப்பதைப் பார்த்த கடை முதலாளிக்கு சுருக்கெனக் கோபம் வந்தது.

"ஆண்டி! வந்தய்யா... சரக்க வாங்குனிய்யா... போய்க்கிட்டே இரு... அனாவசியமா இந்த வேலையக் கெடுக்குற சோலியெல்லாம் வச்சுக்காத." மூஞ்சியைத் தூக்கி வைத்துக்கொண்டு கோபமாகப் பேசினான் முதலாளி.

"இந்தாய்யா... வைகாசி... வேலையப் பாருய்யான்னா... தம்மடிச்சுக்கிட்டு நிக்குற. வாய்யா உள்ள..." முதலாளி ஆண்டியை முறைத்த அதே வேகத்தில் வைகாசியையும் கடிந்துகொண்டான்.

முதலாளிக்கு விடிவதற்குள்ளாக ஆட்டிறைச்சிக் கடைக்காரர்கள் ஓட்டல் வாடிக்கைகளை அனுப்பிவிட்டு சில்லறை வியாபாரத்திற்குக் குறைந்தது நான்கு மாடுகளையாவது உரித்து வைத்துக்கொள்ள வேண்டும் என்பது திட்டம். அப்போதுதான் ஒன்பது மணியிலிருந்து பன்னிரண்டு மணிக்குள்

வீரபாண்டியன் 89

வரும் சில்லறை வாடிக்கையாளர்களைச் சமாளிக்க முடியும். கறி குறையக் குறைய வைகாசி மாடுகளை உரித்துக்கொண்டே இருக்க வேண்டும். இன்னொருவர் கறியைக் கழித்து அறுத்துக் கொடுத்துக்கொண்டே இருப்பார். தம்பி என்னும் சிறுவனொருவன் குடல்களை அலசி, சாணத்தை ஆற்றுக்குள் கொட்டிவிட்டு வந்து, அவன்தான் வாடிக்கையாளர்களுக்கு எலும்பு வெட்டிக் கொடுக்க வேண்டும்.

இந்த வேலைச்சங்கிலியில் யாரேனும் சுணங்கினால் முதலாளியிடம் வாங்கிக் கட்டிக்கொள்ளத் தயாராக இருக்க வேண்டும். வேலைக்கு இடைஞ்சல் செய்வது வேலையாளாக இருந்தாலும் சரி, வாடிக்கையாளராக இருந்தாலும் சரி முதலாளிக்கு இடையூறு இடையூறுதான். அந்தக் கோபத்தில்தான் ஆண்டியையும் கடிந்துகொண்டான். சிலநேரங்களில் கோபம் அதிகமானால் ‘வேலையைப் பாரு’ என பல்லைக் கடித்துக்கொண்டு, தான் கறி அறுத்துக்கொண்டிருக்கும் கத்தியை மட்டமாக வைத்து ‘சுளீரென’ ஒரு அடி கொடுப்பான். வேலையென்று வந்துவிட்டால் நடுஇரவில் எடுக்கும் கத்தி அடுத்தநாள் மதியம் இரண்டுமணி வரை கையை விட்டு அகலாது. காப்பு காய்த்து சொரசொரப்பாய் கறியின் ஈரப்பதத்தில் புழங்கி ஊறி உப்பிய அவர்களின் கைகளை வைத்தே ஒருவரின் அனுபவத்தைச் சொல்லிவிடலாம்.

கடை முதலாளி நல்ல மனநிலையில் இருக்கும்போதே நல்ல சரக்கைப் பொறுக்கியெடுத்து வாங்கிக்கொள்ள வேண்டும். இல்லையென்றால் அவன் தனக்குப் பிடித்தவற்றை எடுத்துக்கொள்ள ஒத்துக்கொள்ள மாட்டான். ஒரு கடைக்காரன் கழித்துப் போட்டதை இன்னொரு கடைக்காரன் வாங்கிக்கொள்ளாமல் தகராறு செய்வான். ஆண்டி சிகரெட்டைத் தூரப் போட்டுவிட்டு வைகாசியையும் கடைக்குள் இழுத்து வந்து வேலையைத் தொடரச் சொன்னான். அவனும் தனக்குத் தேவையான கறியைப் பெரிய பெரிய துண்டங்களாக்கி எடை போட முதலாளியிடம் அனுப்பி வைத்தான். எடை போடுவதும், கல்லாப் பெட்டியைக் கையாளுவதும் மட்டுமே முதலாளியின் வேலை.

“இந்தா மொதலாளி, எடையைப் போட்டு அனுப்பி விடு. நேரமாகுது. நான் கிளம்புறேன்” என்று பெருந்துண்டங்களை எடுத்துத் தராசில் போட்டான். முதலாளி ஐந்துகிலோ படிக்கல்லை வைத்து நான்குமுறை அளந்து இருபதுகிலோ கறியை ஆண்டியிடம் கொடுத்து எடுத்துப் போகச் சொன்னான்.

“கணக்கு ஏறிக்கிட்டே போகுது ஆண்டி. சட்டுன்னு ஒரு தொகையைக் கொடுத்து முடிச்சு விடு. எங்களுக்கும் கையை இறுக்குதுல. இன்னைக்கு மத்தியானம் என் தம்பி வருவான். பாக்கியில பாதியாவது கொடுத்து விடுய்யா...” என்றான் முதலாளி. “என்ன மொதலாளி. உன்னோட காசை தூக்கிக்கிட்டு ஓடவா போறோம். நானே இன்னைக்கு சாயங்காலம் வந்து தர்றேன். யாரையும் அனுப்பிவிட வேணாம். அனுப்பிவிட்டு ஊர்

பூராவும் தெரியிறதுக்கா. இருக்குற ஏவாரத்தைக் கெடுத்து விட்றாதிய்யா'' என்று சொல்லிவிட்டு நகர்ந்தான். கடைக்கு ஆள் அனுப்புகிறேன் என்று சொன்னால்தான் பயந்து பாக்கியை சீக்கிரம் திரும்பத் தருவார்கள் என்ற முதலாளியின் தந்திரம் அவர்களுக்கும் தெரியும்.

ஆண்டிக்கு அடுத்து சின்னப்பையன் அவனுக்குத் தேவையான கறியை எடுத்துக்கொண்டு எடைபோடுவதற்கு முதலாளி முன் வந்து நின்றான். எடை போட்டுக் கொடுத்த கறியை எடுத்துக்கொண்டு அந்தப் பலகையின் கடைசிக்குப் போய் பெரும் துண்டங்களாகப் பிரியாணிக்கும், சுக்கா வருவலுக்கும் தேவையான சின்னஞ்சிறு துண்டங்களாகவும் அவனே அறுக்க ஆரம்பித்தான்.

"டேய் தம்பி, சால்னாவுக்குக் கொஞ்சம் கறி இருக்குற எலும்புகள சின்னதா வெட்டிக் குடுறா.'' சின்னப்பையனைக் கெஞ்சினான்.

"வெட்டித் தரேன். நைட்டு கடைக்கு வரட்டுமா?'' என்று கேட்டான் தம்பி.

"போடா போக்கத்தவனே... முக்கி முக்கிப் பாத்தவனுக்கு முட்டுக்கறிக்குக் கூட வழியில்லைன்ற மாதிரி இருக்கு. நீ மட்டும் அங்க வந்தயின்னா, அவ்வளவுதான். எங்க மொதலாளி என்னத் தூக்கிப் போட்டு மிதிப்பாரு. யாரையாவது அனுப்பி வச்சேன்னா பார்சல் செஞ்சு குடுத்து விடுறேன்'' என்றதும் மகிழ்ச்சியோடு ஒத்துக்கொண்டான். பிறகு, குடலையும் தண்ணீரில் நான்கைந்துமுறை நன்கு அலசி எடுத்து நறுக்கி ஒரு பையில் போட்டுக்கொண்டு கறி, எலும்பு பைகளோடு சேர்த்து வைத்து மதி ஓட்டல் சின்னப் பையன் தன் சைக்கிள் இருக்கும் இடத்திற்கு வந்தான். வந்தவன் ஆண்டியும் வரட்டுமென்று காத்திருந்தான். தினமும் இருவரும் சேர்ந்து வருவார்கள், சேர்ந்தே போவார்கள். வரும்போதும், போகும்போதும் மைதானத்தை ஒட்டி இருக்கும் காப்பிக்கடையில் இருவரும் காபி குடிப்பது வழக்கம்.

ஆண்டி எடைபோட்ட கறியிலிருந்து ரத்தம் துடைத்து, தேவையில்லாத சவ்வுகளைக் களைந்துவிட்டு நன்றாகத் தண்ணீர் தெளித்து, ஆட்டுக்கறியென மாற்றுவதற்குப் பைக்குள் இருந்த முத்திரையை எடுத்து ஸ்டாம்ப் மையில் அழுத்தி எடுத்து கறியின் ஓரத்தில் அழுத்தி வைத்து வாங்கி வந்திருந்த வாழைஇலையில் வைத்து மூடி எடுத்துப் பையில் வைத்துக்கொண்டான்.

சைக்கிளை நிறுத்தியிருந்த இடத்திற்கு வந்து கறிப்பையை வைத்துக் கீழே வழுவி விழுந்துவிடாதவாறு கயிற்றால் கட்டினான். கறிப்பையை அழுத்தி அங்கும் இங்கும் சிறிது உள்ளே இழுத்து மெல்ல வெளியே தள்ளி சமப்படுத்தி கீழே விழாதவாறு சரிசெய்து விட்டுக் கையில் கட்டியிருந்த கடிகாரத்தில் மணியைப் பார்த்தான். இருட்டில் சரியாகத் தெரியவில்லை. கடை முன்பு வந்து நின்று கையை விளக்குக்கு எதிராகத் திருப்பி பார்த்தபோது மணி ஐந்தைக் காட்டி நின்றது.

மாட்டிறைச்சிக்கடையை நெருங்கிய போது அதே வழக்கமான நெரிசல். பேராசிரியர் வண்டியில் ஒலியெழுப்பிக்கொண்டே ஊர்ந்து கொண்டிருந்தார். கடை முன்பு நின்று கையை உயர்த்தி ஏதோ செய்துகொண்டிருந்த ஆண்டியைப் பார்த்ததும் பேராசிரியருக்கு 'பகீரெ'ன்று இருந்தது. 'அவன்தானா?' என்று உற்றுப் பார்த்தார். அது அவன்தான். கடிகாரத்தைப் பார்த்த ஆண்டி நேரம் வீணாகாமல் சரியாகத்தான் கிளம்பியிருக்கிறோம் என்று நினைத்துக்கொண்டான். பக்கத்தில் நிறுத்தி வைக்கப்பட்டிருந்த வண்டிகளுக்கு இடையிலிருந்து தன் சைக்கிளை வளைத்து நெளித்து வெளியில் எடுத்து ஓட்டடல் பையன் அருகில் வந்ததும் இருவரும் ஏறி மிதித்து வண்டியைத் தங்கள் கடையை நோக்கிச் செலுத்தினர்.

அவன் தன்னைக் கடந்துவிட்டதையும், தன்னைப் பார்க்கவில்லை என்பதையும் ஓரக்கண்ணால் கவனித்து உறுதி செய்துகொண்ட பேராசிரியர், பிறகு இயல்பு நிலைக்குத் திரும்பிக்கொண்டிருந்தார். சட்டென்று இயல்புநிலை மாறி உடல் தன்மீது ஏற்றப்பட்ட ஜடப்பொருள் போல பெருஞ்சுமையாய் கனத்தது. நேராக அவரின் வண்டியை நோக்கித்தான் வருகிறான். அவனைப் பார்த்ததும் முகத்தைத் திருப்பிக்கொண்டார். பக்கத்து இருக்கையில் அமர்ந்திருந்த சவலப்பாடியை பார்த்ததும் ஈ...யென்று இளித்தார். சவலப்பாடி ஒன்றும் புரியாமல் பதிலுக்கு இளித்து வைத்தார்.

"அங்க பாத்தீகளா... நான் அப்போ சொன்னேனில்ல. இதுதான் அந்த வெள்ளாடு" என்று ஏதோதோ உளறினார். பக்கவாட்டில் கையைநீட்டி எதையோ காட்டி உடல் நெளிய முகம் கோணலாகி வழிந்தார். எப்போது சொன்னார், எதைச் சொன்னார் என்று ஒன்றும் புரியாமல் விழித்தார் சகலை. திரும்பிப் பார்த்தபோது அங்கே ஒருமாடு காலை மடக்கி உட்கார்ந்து வாயில் எதையோ மெல்ல அரைத்துக்கொண்டிருந்தது மட்டும்தான் தெரிந்தது. அவர் திரும்பிப் பார்த்து, 'என்ன ஆச்சு இந்த மனுசனுக்கு. கோட்டிப் பிடிச்சுருக்கா' என்பதைப்போல பேராசிரியரைப் பார்த்தார். அவரின் பார்வையிலிருந்து விலகிய பேராசிரியரின் கண்களில் கோணல் எழுத்துக்களில் இருந்த கடையின் பெயர்ப்பலகை பட்டது. அதைப் பார்த்ததும் நாதனுக்குக் குமட்டிக்கொண்டு வந்தது. குடலைப் புரட்டிக்கொண்டு வாந்தி எடுத்தாலும் நேற்று தின்னது மட்டும்தானே வெளியில் வரும்!

செம்மலர் (ஏப்ரல், 2018)

கதாபாத்திரம்

இன்று காலைதான் அந்த எழுத்தாளருக்கு நாட்டின் உயர்ந்த தேசியவிருதொன்று வழங்கப்படுமென்ற அறிவிப்பு வந்திருந்தது. கதைகள் எழுதும் கதாசிரியர். புகழ்பெற்ற எழுத்தாளர். காலையிலிருந்து கூட்டம் கூட்டமாய் இலக்கியவாதிகள், அரசியல்வாதிகள், வாசகர்கள், முக்கிய பிரமுகர்கள் வந்துகொண்டேயிருந்தனர். பத்திரிக்கைகள், தொலைக்காட்சிகள் பேட்டியிலேயே வெகுநேரம் கழிந்தது. அந்த பரபரப்பில் வந்த எவரையும் சரியாகக் கவனிக்க முடியவில்லையென்ற கவலை எழுத்தாளருக்கு. அவரின் எழுத்துகளைப் பற்றி, கதைகளைப் பற்றி, கதாபாத்திரங்களைப் பற்றிய வியாக்கியானம். அவரின் எழுத்துப் பிரவேசம் கலையின் உச்சந்தொட்ட இடங்கள் குறித்த சிலாகிப்பு.

எங்கும் வாழ்த்தொலி. பரிசுகளும் பூமாலைகளும் குவிந்துவிட்டன. படுக்கையில் உடலைக் கிடத்தும் போதோ நேரம் இரண்டாம் சாமத்தைத் தாண்டிவிட்டது. மகிழ்ச்சியில் தூக்கம் பிடிக்கவில்லை. அசதியில் ஆழ்ந்த உறக்கம் வரவேண்டுமே. வரவில்லை. அரைத்தூக்கம். கொஞ்ச நேரத்தில் கனவுதானோ என்ற எண்ணம் தோன்றியது அந்த எழுத்தாளருக்கு. எழுதப்போகும் புதிய கதைதானே நம் கனவில் வரும். இது எப்படி? எழுதிய கதையிலிருந்து கனவுகள் வழக்கமாக வருவது இல்லையே என்று யோசித்தார் கதாசிரியர். யாரோ முனங்குகிற அரவம் கேட்கிறது. எதுவும் புலப்படவில்லை. முனகல் தெளிவாகக் கேட்கிறது.

“யார் இது? மெல்லிய குரல் சன்னமாகக் கேட்டது. கனவைப் போலத் தெரியவில்லை. கனவென்றால் மனசு லேசாகக் காற்றில் பறப்பதுபோல இருக்குமே” என்று எண்ணிக்கொண்டார். உடல் தடிக்கிறது. சத்தம் காதுகளில் நேராக வந்து விழுகிறது. “இது கனவைப் போலத் தெரியவில்லை.” தன்னையறியாமல் வாயிலிருந்து சொற்கள் உதட்டைப் பிரித்து வந்து விழுகின்றன. கற்பனையுமில்லை. மனப் பிராந்தியுமில்லை.

இமைகளைப் பிரித்த கண்கள் விழிக்க மறுத்தன. எழுத்தாளருக்குத் தூக்கம் இன்னும் கண்களில் தேங்கி நின்றிருந்தது. நட்டநடு ராத்திரியில் சன்னமான மெல்லிய குரலைக் கேட்ட பிறகு கண்கள் விழிக்கா விட்டாலும் மனசு விழிக்காமல் இருக்குமா? மனசு விழித்த பிறகு உடலின் ஒவ்வொரு அங்கமும் அது இடும் ஆணைகளை நிறைவேற்றித்தான் ஆக வேண்டும் என்பது அவருக்கு நன்றாகத் தெரியும்.

தேங்கிய தூக்கத்தோடு விழித்து நின்ற கண்களுக்கு அவனின் முகம் தெளிவாகப் புலப்படவில்லை. மின்விசிறிச் சத்தம் அளவாகக் கேட்டுக்கொண்டிருந்தது. எழுத்தாளர் சின்ன இரும்புக் கட்டில் மெத்தையில் படுத்திருந்தார். இரண்டு தலையணைகளைத் தலைக்கு வைத்துப் படுத்திருந்தார். தலை நன்கு அழுந்தியிருந்ததைப் பார்த்தால் தலையணைகள் மிருதுவாக இருக்க வேண்டும். இல்லையென்றால் இப்படி அழுந்துவதில்லை. இரவு விளக்கின் வெளிச்சம் அந்த அறையை மஞ்சள் நிறத்தில் மாற்றியிருந்தது.

ஓவியன் முதலில் போடும் ‘அவுட்லைன்’ போலத்தான் தெரிந்தது அந்த உருவம். திடகாத்திரமாய் இல்லை. மெலிந்த உருவம்தான். உயரமாகத் தெரிந்தது. கேட்ட மெல்லிய குரலை வைத்துச் சொல்வதென்றால் அவனாக இருக்குமோ என்ற சந்தேகம் கதாசிரியருக்கு. கதாசிரியரின் நேரத்தை அதிகமாக ஆக்கிரமித்துக் கொள்ளும் இருக்கைக்கு அருகில் நின்றிருந்தான். தேக்கு மரக்கட்டையில் செய்யப்பட்ட சேர். கதாசிரியரின் புட்டம் பொருந்திப் போகும் அதே வடிவிலான பள்ளம். கதாசிரியர் உட்கார்ந்து உட்கார்ந்து தேய்ந்து போயிருந்தது. மேசைக்கு அருகிலேதான் கிடந்தது.

மேசையில் காற்றில் பறக்கும் காகிதகங்கள். அதில் எழுதியிருக்கும் எழுத்துக்களின் உலராத மை கொஞ்ச நேரம் முன்புதான் எழுதி வைத்துவிட்டுப் போயிருந்ததற்குச் சாட்சியமாய் இருந்தது. காகிதங்கள் பறந்துவிடாமல் இருக்க அதன் மீது கனமான புத்தகமொன்று வைக்கப்பட்டு இருந்தது. அருகில் மூன்று புத்தகங்கள் சிதறிக் கிடந்தன.

அதற்கடுத்து கதாசிரியர் மிகவும் நேசிக்கும் பிரில் மைப்புட்டி. அதன் அருகிலேயே பழைய மரக்கட்டை மைப் பேனாக்கள் இரண்டு இருந்தன. பார்ப்பதற்கு நல்ல தடிமனோடு அழகாக இருந்தன. மேசைக்கு மேலே இருந்த சுவரில் புத்தகங்கள் அடுக்கி வைக்கப்பட்டிருந்தன. அவ்வளவு நேர்த்தியாக அடுக்கி வைக்கப்படவில்லை.

கதாசிரியர் கண்ணைக் கசக்கி மறுபடியும் மறுபடியும் பார்த்தார். காதின் மடல்களை விடைப்பாக்கி மறுபடியும் மறுபடியும் கேட்டார். இது கனவு இல்லை என்ற உறுதிக்கு வந்தார். நம் முன்னால் நிற்பது அவனேதான் என்பதைக் கண்டுகொண்டார். பேசுவது அவனின் குரல்தான் என்பதை உறுதிப்படுத்திக்கொண்டார். அவ்வளவு எளிதில் மறந்து ஒதுக்கிவிட முடிந்த உருவமில்லை.

உறுதியாய் அவன்தான் எனத் தெரிந்ததும் கதாசிரியர் பரவசமடைந்தார். மகிழ்ச்சிப் பரவசத்தில் மனமும் உடலும் சிலிர்த்தன. அள்ளியணைத்து உச்சிமுகர்ந்து குழந்தையைப் போலக் கொஞ்ச வேண்டுமெனத் தோன்றியது. தான் பெற்ற பிள்ளையைப் பல ஆண்டுகளுக்குப் பிறகு பார்க்கும் எந்தத் தந்தையும் அதைத்தானே செய்வான். படைத்தவன் அல்லவா இவர். அந்த மகிழ்ச்சி சில நொடிகள்தான் நிலைத்தது. இந்நேரத்தில் எதற்கு வந்திருக்கிறான் என்னும் கேள்வி கொஞ்சம் தாமதமாகத்தான் அவருக்கு முளைத்தது. அவனைப் பார்த்ததும் மகிழ்ச்சியும், சோகமும் கலந்த தொனியில் ‘என் வாழ்நாளில் மறக்க முடியாதவன்’ எனக் கதாசிரியர் நினைத்துக் கொண்டார்.

இவர் புகழ்மிக்க எழுத்தாளர். நின்றிருந்த உருவம் இந்த எழுத்தாளர் எழுதி மிகவும் புகழ்பெற்ற சிறுகதையின் பெயரிடப்படாத கதாபாத்திரம். ‘அவன்’ ‘இவன்’ என்பதுதான் அவன் பெயர். இந்த மொழியில் உள்ள மிகச்சிறந்த கதாசிரியர்களைப் பட்டியல் போட்டால் இவரின் பெயர் முதலிடத்தில் இடம்பெறும். இந்த மொழியில் இதுவரை எழுதப்பட்ட ஆகச்சிறந்த கதைகளைத் தேர்ந்தெடுத்தால் அந்தக் கதை முதலிடத்தில் இருக்கும். எவரும் ஒதுக்க முடியாத அளவிற்குப் பிரபலம் அடைந்த கதையையும், கதையாசிரியரையும் சொல்ல வேண்டுமென்றால் இவரையும், இந்தக் கதையையும் சொல்லலாம். தான் எழுதிக் குவித்த கதைகள் நூற்றுக் கணக்கில் இருந்தாலும் அந்தக் கதை அவருக்கு மணிமகுடம். அவரின் இலக்கிய நயத்தை, கலைத்திறனை, பாத்திரப் படைப்பை, கதைசொல்லும் முறையை மிகச்சிறப்பாகச் சித்திரிக்கும் கதை இது. அவர் எழுத்தின் உச்சத்தைத் தொட்ட கதை.

கதாசிரியர் தன் கதாபாத்திரத்தை உற்றுப் பார்த்தார். தலைமுடி இன்னும் வாரப்படவில்லை. வாரிக்கொள்ளுவதற்கு அன்றிலிருந்து இன்னுமா சீப்பு கிடைக்கவில்லை. எண்ணெயில்லாமல் வறண்டு போயிருந்த தலைமுடிக்குக் கொஞ்சம் எண்ணெய் தேய்த்திருக்கலாம் அல்லவா என்று கேட்கத் தோணாமல் இல்லை. கேட்க முயன்ற போது கதாசிரியருக்கு நாக்குக் கடைவாயின் இரண்டு பக்கங்களிலும் மோதி சுழன்றதேயொழிய சத்தம் வரவில்லை. தலை வார சீப்பும், தேய்க்க எண்ணெய்யும் அவனுக்கு எடுத்துக் கொடுக்கலாம் என்று தோன்றியது. கதாசிரியரின் கைகளும், கால்களும் வாதம் வந்தது போல மரத்துப் போயிருந்தன. அசைக்க முடியவில்லை.

அவனுக்கு அதே தீர்க்கமான கண்கள். அக்கதையிலிருந்ததைப் போலவே எந்த மாற்றமும் இல்லாமல் அப்படியே பார்க்கிறது. ஆனால் அன்றைக்குப் போல கருணைக்கு ஏங்கும் சாதுவான பார்வையில்லை. கண்டாரைக் கொல்லும் சீற்றமான பார்வை. ஊசியான மூக்கின் நடுவில் குறுக்காக விழுந்த தழும்பில் கூட எந்த மாற்றமும் இல்லை.

அதே மெல்லிய குரல் சன்னமாக மறுபடியும் வழிந்தோடி வந்து கதாசிரியன் காதில் விழுகிறது. முன்பைப் போலவே. மெல்லக் கேட்டாலும் அவன் குரல் அதே அழுத்தத்தோடு வெளிப்படுகிறது. குரலில் உள்ளுக்குள் கனன்றுகொண்டிருந்த சினத்தின் தொனி அறை முழுக்க அதிர்கிறது. தொண்டையின் எலும்பு கதையில் வரைந்திருந்ததைப் போலவே துருத்திக்கொண்டு தெரிகிறது.

அந்தக் கதையை எழுதிப் பலவருடங்கள் கழிந்துவிட்டன. இன்றைக்கு விருது கிடைக்க முக்கிய காரணம் அந்தக் கதைதானென்று விமர்சகர்கள் எல்லோரும் ஒரேமாதிரியாகச் சொல்கிறார்கள். அன்றைக்குப் படைத்த மாதிரியே கதாபாத்திரத்தின் அதே மெல்லிய உடல். சிறிதளவு கூடப் பெருக்கவில்லை. வயதும் கூடிய மாதிரி தெரியவில்லை. நரையாவது தெரிகிறதா எனப் பார்த்தால் அதுவும் இல்லை. ஆச்சரியந்தான். சிரஞ்சீவி மார்க்கண்டேயனோ! நாம் உருவாக்கியது எல்லாக் காலத்திற்கும் பொருந்திப் போகும் சித்திரமல்லவா! எழுத்தாளருக்கு பெருமிதம் பொங்கியது.

அவன் போட்டிருந்த சட்டை அப்போதிருந்ததைப் போலவே கசங்கியிருந்தது. சட்டைப் பாக்கெட்டில் எம்ப்ராய்டரி செய்யப்பட்டிருந்த சிவப்பு ரோஜா இப்போதும் புதிதாக அழகாக இருக்கிறது. தேய்ந்து போய் அங்குமிங்கும் பொத்தலான அதே சட்டைக் காலர் பின்கழுத்து நரம்பையும் மீறி தெரிந்தது. அவன் முகமும் கண்களும்தான் நிறையவே மாறியிருக்கின்றன. கைகள் அப்படியே ஒல்லியாக நீளமாக இருந்தன. கையைப் பார்த்த மறுநொடி முழங்கையின் பின்பகுதிக்குத்தான் கதையாசிரியரின் கண்கள் சென்றன. முழங்கையின் பின்பகுதி தோல் கறுப்பாகி சொரசொரப்பாகத் தடித்திருந்தது. அதன்மீது அதேமாதிரி வெள்ளை பூத்திருந்தது.

கால் சூம்பி வளைந்திருந்தது. தேய்ந்துபோன செருப்பில் பள்ளம் விழுந்து இப்போதும் மாறாமல் படகைப்போல வளைந்திருந்தது. கால்களில் இப்போதும் எண்ணெய் தேய்ப்பதில்லையென்று துலக்கமாகத் தெரிகிறது. வெள்ளை வெள்ளையாய் செருப்பை மீறி வெளித்தெரியும் கறுப்புக் கால்கள் நன்றாகத் தெரிகின்றன. காலின் இரண்டு சுண்டு விரல்களும் நீளமாக உள் மடங்கி இருக்கின்றன. நிஜம்தான். எந்த சந்தேகமுமில்லாமல் அவனேதான். கதாசிரியர் கண்டுபிடித்துவிட்டார்.

“நீ அவன்தானா?” எழுத்தாளர் கேட்ட மாத்திரத்தில் ‘ஆம்’ என்று பதில் அளிப்பதைப் போல தலையாட்டிப் புன்னகை செய்தான். எழுத்தாளர் தன்னைக் கண்டுகொண்டதில் அவனுக்கு உள்ளூர மகிழ்ச்சி.

“நீ என் கண்முன் நிற்பது உண்மைதானா?” உறுதி செய்து கொள்வதற்காகக் கேட்ட கதாசிரியருக்குக் கண்களில் சிரித்துப் பதில் சொன்னான். மரியாதைக்காகத்தான் சிரித்து வைத்தான். கண்களில் மாறாத கோபம்.

“ஆம். நானேதான்.”

“நாள் முழுதும் வாழ்த்துக்களும், பாராட்டுக்களும். நீயும் வாழ்த்துச் சொல்ல வந்தாயா?”

“வாழ்த்தா? உனக்கா? விருதைத் திருப்பித் தந்து விடுமாறு சொல்ல வந்தேன்.” அவன் ஆவேசத்தில் கோபம் மட்டுமில்லை. உறுதியும் தெரிந்தது.

எழுத்தாளருக்குத் திடுக்கென்று இருந்தது. மனதில் உண்டான அதிர்ச்சியைக் காட்டவில்லை. அவர் எழுத்துக்களில் மட்டும்தான் தன் உணர்ச்சிப் பிரவாகங்களைக் காட்டுவார். “விருதைத் திருப்பித் தருவதா? நீ இன்னும் மாறவேயில்லை. அதே மடத்தனமான ஆவேசம். அப்படியே மாறாமல் இருக்கிறாய்.”

“அப்படி இருக்குமாறு நீதானே படைத்தாய். நான் எப்படி மாற முடியும்?”

“காலங்கள் மாறும்போது எல்லாமும் மாறுவது இயற்கை அல்லவா.” எழுத்தாளர் தத்துவம் பேசினார்.

“காலங்கள் மாறினாலும் மாறாதது இலக்கியம் அல்லவா.” பதிலுக்கு அவன்.

“யார் சொன்னது?” எழுத்தாளர் கேட்ட தொனியில் சிறு கோபம் வெளிப்பட்டது. சட்டை போடாமல்தான் படுத்திருந்தார். கதாசிரியரின் உடம்பு சூடாகியிருந்தது. மின்விசிறியும் ஓடிக்கொண்டிருந்தது. நெற்றியின் மேல்பாகத்தில் வியர்வைத் துளிகள் அரும்பியிருந்தன. மின்விசிறி சுத்தும் வேகத்திற்கு அதிலிருந்து காற்று வரவில்லை. ஏதாவது பழுது ஏற்பட்டிருக்கலாம் என நினைத்துக்கொண்டார். வெளியில் அறவே காற்றடிக்காமல் உஷ்ணம் அதிகமாக இருந்தாலும் இப்படித்தான் புழுக்கமாக இருக்கும். அதுவும் காரணமாக இருக்கலாமென்று எண்ணிக்கொண்டார்.

“நீதான் சொன்னாய்.” அவன் சொன்னதும் கதாசிரியர் குழம்பிப் போனார். எப்போது சொன்னோம்? தீவிரமாக யோசிக்கத் தொடங்கினார்.

“இலக்கியமும் மாற்றத்துக்கு உட்பட்டதுதான்.” யோசிப்பதை நிறுத்தி விட்டு எழுத்தாளர் அழுத்தமாகச் சொன்னார்.

“இலக்கியம் மாற்றத்துக்கு உட்பட்டது என்பது உண்மைதான். இலக்கியவாதி படைத்த கதாபாத்திரத்திற்கு மாற்றம் ஏது? ஒருமுறை படைத்தால் படைத்ததுதான். எவ்வளவு பேர் படித்திருப்பார்கள்.

படைக்கப்பட்ட, படிக்கப்பட்ட ஒரு கதாபாத்திரத்தை எப்படி மாற்ற முடியும். நீ எவ்வளவுதான் என்னை உயிர்ப்புள்ள பாத்திரமாகப் படைத்திருந்தாலும், உங்கள் மனித குலத்தைப் போல நான் வளர்வதுமில்லை, தேய்வதுமில்லை. கதையின் பாத்திரங்கள் வளராத உயிர்." அவனும் தத்துவார்த்தமாகப் பேசுவதாக எண்ணிக் கேட்டான். எல்லா எழுத்தாளர்களின் கதைகளிலுமுள்ள கதாபாத்திரங்களுக்கும் பிரதிநிதியாக நின்று பேசினான். அவனே தொடர்ந்தான்.

"மாற்றம் பற்றிப் பேசுகிற நீதான் இன்னும் மாறவில்லை." அதே மெல்லிய குரலில் தொடர்ந்தான். "மாற்றத்தை விடு. இப்போது நான் உன்னிடம் வந்தது மாற்றம் குறித்து தத்துவ விசாரணை செய்ய அல்ல. உன்னிடம் கேட்க வேண்டிய ஒரே ஒரு கேள்வியை கேட்டுப் பதிலைத் தெரிந்துகொள்ளலாம் என்றுதான் உன்னைக் காண வந்தேன்." தொடர்ந்து கடகடவெனப் பேசினான் அவன். அவனுடைய காதுமடல் விடைத்து நிமிர்ந்தன. புஸ் புஸ்ஸென்று பெரிதாக மூச்சு விட்டுக்கொண்டு பேசினான். அந்தக் கதையில்கூட இப்படித்தான் நடந்துகொள்வான். மூச்சுவிடாமல் கீச்சுக்குரலில் ஆவேசமாகப் பேசுவதும், பேசி முடித்துவிட்டுப் பெருமூச்சு விடுவதும் கதாசிரியர் செய்ததுதான். விடாமல் தொடர்ந்து பேசும் நேரத்தில் காதின் மடல்களை இவர்தான் விடைப்பாக்கினார். இவையனைத்தும் அச்சுப் பிசகாமல் இவரின் கண்முன்னேயே இப்போது அரங்கேற்றமானது.

எழுத்தாளருக்கு அவன் சொல்வதிலும் உண்மை இருப்பதாகப் பட்டது. கதையின் ஓட்டத்தில் பாத்திரங்களின் சிருஷ்டிப்பில் கதாபாத்திரங்கள் ஜீவனுள்ள உயிராக உருவாகும். அந்தக் கதை முடியும் போதே அவர்களின் வாழ்வும் அத்தோடு முடிவுக்கு வரும். கதையில் தொடங்கும் உயிரின் வளர்ச்சி கதைக்குள்ளேயே முடிந்துவிடும். உலகில் பிறக்கும் மனிதனின் வாழ்வும் முடிவும் ஒரு கதையைப்போல எழுதி முடிக்கப்படும்போது கதாபாத்திரமும் அவ்வாறே. எழுத்தாளரும் அவன் சொல்வதை முழுமையாக நம்பத் தொடங்கினார். திடீரென விழித்துக்கொண்டதைப் போல எழுத்தாளர் அவனை நோக்கினார்.

"நீ சொல்வதை என்னால் ஏற்க முடியாது." எழுத்தாளர் உரத்துப் பேசினார். கத்தினார் என்று சொன்னால் மிகச்சரியாக இருக்கும்.

"உன் படைப்பு மகோன்னதானது என்று தம்பட்டம் அடித்துக் கொள்கிறாய். நான்தான் படைப்பாளி என்று பெருமை பீற்றிக் கொள்வதில் உனக்கு எந்தக் குறைவுமில்லை. என்னைப் பிறப்பில் இழிந்த மனிதனாகவும், சிறுமைகள் நிறைந்தவனாகவும் படைத்தது நீதான். என்னைக் கழிவிரக்கத்தில் அல்லாடும் மனிதனாக உலவவிட்டாய். அதுதான் என் இயல்பென்று நம்ப வைக்கும்படியான வருணனை. சமூகத்தின் அசலை எழுத்தில் வடித்துவிட்டாரென்ற பெயர் உனக்கு. மனித வாழ்க்கைச் சிறுமைகளின் சித்திரமென்ற பழிச்சொல் எனக்கு." ஆவேசமாய் பேசினான்.

எத்தனை நாளாய் இந்த வாய்ப்புக்குக் காத்திருந்தானோ தெரியவில்லை. எழுத்தாளரைக் கேள்விகளால் நெருக்கினான். பேச்சில் தெறித்த கோபத்தின் வீச்சு சிறிதளவும் குறையவில்லை.

“படைப்பின் குறைகளுக்கு எப்படிப் படைத்தவனைக் குறை சொல்ல முடியும். அது படைப்பின் விதி. பெருமையும், சிறுமையும், மகிழ்ச்சியும், துன்பமும் ஒருவருக்கு வாழ்வில் வந்தே தீரும். இந்த உலகத்தில் மனிதர்கள் எப்படிப் படைக்கப்பட்டார்களோ அதை அப்படியே கதைப்படுத்துவதோடு என் வேலை முடிந்துவிடும். யதார்த்தத்தை மீறி இதில் நான் செய்வதற்கு என்ன இருக்கிறது? நானாக எதையும் வலிந்து திணிக்க முடியாது. எழுத்துக்கு நான் செய்யும் நியாயம் அதுதான்.” எழுத்தாளர் சொன்னதில் நியாயம் இருப்பதுபோல் பட்டது.

“படைப்பைக் குறையாகவும், நிறையாகவும் படைப்பதே நீதான். அதுதானே யதார்த்தம். வாழ்வாதாரங்களைப் பிடுங்கிக்கொண்டால் மனிதனின் வாழ்வில் துயரங்கள் மட்டுமே மிஞ்சும். இதில் விதி எங்கிருந்து வந்தது? விதியைச் சொல்லி ஒரு கூட்டத்திற்கு இழப்புகளையும், இன்னொரு கூட்டத்திற்கு வாய்ப்புகளையும் அளித்து விடும் தந்திரங்களைக் கதைகளாகப் படைத்துவிட்டு இப்போது விதியைச் சொல்லித் தப்பிக்கப் பார்க்கிறாய்.

மனித மனங்களை, அவர்களின் அகச்சிக்கல்களை ஊடுருவிப் பார்த்த உன்னால் எங்கள் அவலங்களுக்கான காரணம் என்னவென்பதை மாத்திரம் உட்புகுந்து பார்க்க முடியவில்லை. இதையெல்லாம் என்னை நம்பச் சொல்கிறாய். இல்லையா?” படைப்பாளியைக் கேட்க வேண்டிய கேள்விகள் இன்னும் இருக்கின்றன என்பதைப் போலப் பேசிக்கொண்டேயிருந்தான்.

அவன் என்ன கேள்வி கேட்டாலும் படைத்தவன் தோரணையில் எழுத்தாளர், “எனக்குத் தெரியும். நான் எப்போதும் உண்மையின் பக்கம்தான் நிற்பேன். என் எழுத்துக்கு எப்போதும் நான் நேர்மையாகவே இருந்திருக்கிறேன். நீதான் உண்மை எதுவெனப் புரிந்துகொள்ள முடியாமல் தடுமாறுகிறாய்” என்று சத்தம் போட்டார்.

“சத்தம் போடாதே. கல்விக்கழகு கசடற மொழிதல். இந்த வார்த்தைகளின் அர்த்தம் புரியுமா? இதைக் கேட்டிருக்கிறயா?”

“புரிகிறது. என்னுடைய கதைகளில் நான்தான் எங்காவது எழுதியிருப்பேன்.”

“கிழித்தாய்.. உனக்கு விருது கொடுத்தவனை நினைத்தால் சிரிப்புதான் வருகிறது.” பேச்சில் ஏளனம். “இது அதிவீரராம பாண்டியர் பாடிய வெற்றிவேற்கைப் பாடல். எழுத்துக்கழகு உண்மையைப் பேசுவது.” ஆவேசத்திலும் எழுத்தாளரை நினைத்து சிரிக்காமல் இருக்க முடியவில்லை அவனுக்கு. “நீ உன் எழுத்துக்கு உண்மையாகவும், நேர்மையாகவும்

இருந்திருந்தால் என்னை ஏன் ஊமையாகப் படைத்து முடமாக்கினாய். சகமனிதர்களின் மீதான அன்பு உன் எழுத்தில் நிறைந்திருக்கிறதென்று தம்பட்டம் அடித்துக்கொள்ள உன்னைச் சுற்றி ஒரு கூட்டம். என் இன்னலுக்குக் காரணம் நீ கொண்டாடும் சிந்தனை மரபும், நவீன முலாம் பூசி மெருகேற்றப்பட்ட பழைமைவாதமும்தான் என்பதைச் சேர்த்து எழுத ஏன் மறந்தாய்? என்னை ஒடுக்கும் கருவியைத் தூக்கிப் பிடிக்கும் உன்னிடமிருந்து எப்படி மானுடத்தை நேசிக்கும் கருணை சுரக்கும்? என் வாழ்வின் துயரங்களை அவலச்சுவை ததும்ப வருணிப்பதில்தான் எத்தனை கலைநயம்! ஆஹா!' எழுத்தாளருக்கு அவனின் எள்ளல் புரிந்து எரிச்சல் உண்டானது.

"................"

"கதாசிரியரே, ஏன் மௌனமாகி விட்டாய்?"

"ஒன்றுமில்லை. சிந்திக்கிறேன்."

"இலக்கியச் சிந்தனையா?"

"வாசகர்களால் பரவலாக வாசிக்கப்பட்டு வருகிறாய். பெரும் புகழைச் சம்பாதிக்கிறாய். அது உன் சோகச் சித்திரிப்புக்கு கிடைத்த வெற்றி என்பதை ஒத்துக்கொள்." எழுத்தாளர் நடந்ததையெல்லாம் அவனுக்குத் தன் நினைவிலிருந்து எடுத்துக் கதையைப் போல விவரித்தார்.

"அது நிச்சயமாக என்னுடைய வெற்றியல்ல. அவை உனக்குச் சூட்டப்பட்ட புகழ்மாலைகள். என் துக்கம் உனக்குப் பெருமை. என் துக்கத்திற்கான காரணம் உன் சமூகமும், உங்கள் மரபுகளும்தான் என்பதை உன் படைப்பில் எங்கும் சொல்லவேயில்லையே. மாறாக, அவையெல்லாம் தனியொருவனின் அகச்சிக்கல், தனிமனிதனின் போராட்டங்கள் என மடைமாற்றி சித்திரிப்பதில் வென்றன உன் படைப்புகள். உன் வெற்றியில் என் வீழ்ச்சி. என் வீழ்ச்சி என் சமூகத்தின் வீழ்ச்சி." கோபமாக மறுத்தான் அவன்.

"சமூகத்தையும் கதையையும் எப்படிப் பிரிக்க முடியாதோ அதுபோலத்தான் கதையும் கதாபாத்திரமும் இணைபிரியாதவை. சமூகமும் கதையும் எப்படி மாறுகிறதோ அதுபோலத்தான் கதையும் கதாபாத்திரமும் மாறும். உன்னுடைய விதிப்படி உன்னுடைய பாத்திரமும் மாறலாம்." கதாசிரியர் இன்னும் விரிவாகக் கூறினார். அவன் விடுவதாய் இல்லை.

"கதையும் கதாபாத்திரமும் இணைபிரியாதவை என்பது உண்மைதான். சமூகம் மாறும். கதையும் மாறும். ஆனால், என் கதாபாத்திரம் மட்டும் மாறுவதில்லை. கழிவிரக்கத்தைக் கோரும் எப்போதும் மாறாத கதாபாத்திரம் நான். கார்க்கி உருவாக்கிய பாவெல் அன்றையத் தொழிற்சாலைத் தொழிலாளர்களுக்கு மட்டுமல்ல, இன்றைக்கு மென்பொருள்துறையில் பணியாற்றும் பொறியாளனுக்கும் புரட்சி செய்யக் கற்றுத் தருகிறான். நான்

அடங்கிக் கிடக்கவும், அழுவதற்கும் கற்றுத் தருகிறேன்.'' ஆவேசமாக மறுத்துப் பேசினான்.

“கதையும், கதாபாத்திரங்களும் எழுத்தாளன் உருவாக்குகிறான் என்பதை மறுக்கவில்லை. அவை படைப்பாளியோடு மட்டுமே முடிந்து போவதில்லை. அவன் படைத்துவிட்ட பிறகு அது அதற்கென்று நிர்ணயித்த வாழ்க்கைப் போக்கில்தான் செல்லும்.''

“நானும் அதையே சொல்கிறேன். அவை படைப்பாளியோடு மட்டுமே முடிந்து போவதில்லை. ராமனின் பாத்திரமும், ராவணனின் பாத்திரமும் கம்பனோடு மாத்திரம் நின்று விடவில்லை. அதிலிருந்துதான் சொல்கிறேன். என்னைப் பலவீனமானவனாய் படைத்து என் சமூகத்தையும் பலவீனமானதாக மாற்றும் பிரயத்தனம்தான் உன் எழுத்து.''

“இது அபாண்டம். நாங்கள் உருவாக்கிய கதாபாத்திரங்களை மக்கள் தங்கள் பெயர்களாக வைத்துக்கொள்கிறார்கள். இந்தப் பெருமை யாருக்குக் கிடைக்கும்? தமிழ்நாட்டில் எத்தனை வந்தியத்தேவன் இருக்கிறார்கள் என்பதை எண்ணிப் பார். ஏன் ராமனும், லட்சுமணனும், பலராமனும், கர்ணனும் எத்தனை லட்சம் பேர் இருக்கிறார்கள் என்று கணக்கிட முடியுமா? இது படைப்பாளிகள் எந்தப் பிரதிபலனையும் எதிர்பார்க்காது படைத்த கதாபாத்திரங்களான உங்களுக்குக் கிடைத்த வெற்றி. இதுவெல்லாம் உனக்குப் புலப்படவில்லையா?'' இப்போது அவர் எல்லா எழுத்தாளர்களுக்குமான பிரநிதிநிதியாக நின்று பேசினார்.

“அதிலும் உங்கள் தந்திரம்தான் ஜெயிக்கிறது. காலம் எவ்வளவு நவீனமாய் மாறினாலும் நீங்கள் இந்த சமூகத்தையும், மக்களையும் நவீனமாய் மாறவிடாமல் முடக்கிப் போடும் தந்திரம் இது.''

“நாடும் மக்களும் நவீனமாய் முன்னேறிப் பல காலம் ஆகிவிட்டது. இது கணிணியுகம். பேரண்டம், பிரபஞ்சம், உலகத்தின் தகவல்கள் உள்ளங்கையில். இயந்திரங்கள், அறிவியல் கண்டுபிடிப்புகளின் துணையில்லாமல் வாழமுடியாத சமூகம். அதை எழுத்தில் கொண்டு வந்தவன் நான். நவீனத்தை அப்படியே படைப்புகளில் பிரதிபலித்தவன் நான். நவீன இலக்கியத்தின் அடையாளமே என்னுடைய எழுத்துகள்தான் என்பதை மறந்துவிட்டுப் பேசுகிறாய்''

“கண்டுபிடிப்புகளும், கருவிகளும்தான் முன்னேற்றமா? கணிணியும், கைபேசியும்தான் நவீனமா? மனிதனை மனிதன் துவேஷனை செய்கிற வாழ்க்கைப் போக்கில் என்ன மாற்றம் வந்திருக்கிறது? மனித சமூகத்தின் வாழ்க்கைப் போக்குகளை செழுமைப்படுத்தக்கூடிய சிந்தனைகளில் எங்கிருக்கிறது நவீனம்? சிந்தனைகளைச் சொல்லக்கூடிய இலக்கியத்தில் மொழி மட்டும் நவீனமானால் போதுமா? சமூகச் சித்திரிப்பில், சமூகத்தைப்

பிரதிநிதித்துவப்படுத்தும் கதாபாத்திரங்களில் என்ன மாற்றம் வந்திருக்கிறது? என்னையும் அப்படியொருவனாக படைத்துவிட்டாய். துயரங்களைப் பேசி அவநம்பிக்கையை விதைக்கும் துர்பாக்கியசாலி பாத்திரத்தைப் படைத்த படைப்பாளி நீதான் நம்காலத்து நவீன இலக்கியத்தின் நம்பிக்கை நட்சத்திரம். காலக்கொடுமை!"

"நீ கோபத்தில் கத்துகிறாய். நான் உனக்கு உண்மையைப் புரிய வைக்க முயற்சிக்கிறேன். எழுத்தாளனின் நோக்கம் எப்போதும் அதுதான்."

"நீ மறுபடியும் மறுபடியும் என்னை மடைமாற்றுகிறாய். நீ சாமர்த்தியமான எழுத்தாளன் என்பதை ஒப்புக்கொள்கிறேன். உன்னிடம் கேட்க வேண்டிய ஒரேயொரு கேள்வியைக் கேட்டுப் பதிலைப் பெறலாம் என்றுதான் உன்னைக் காண வந்தேன். விருதைத் திருப்பிக் கொடுத்துவிட்டு என் பாத்திரத்தை மாற்றி எழுத முடியுமா? முடியாதா? இல்லையென்றால் உன் மொத்தக் கதையையும் அழித்து விடு.

வாசகன் ஒவ்வொருவனும் உன் கதையை வைத்துக் கொண்டு வாசிக்கும் ஒவ்வொரு சமயமும் என்னைக் கண்டு இரங்குவதைக் காணச் சகிக்கவில்லை." ஆத்திரமாகக் கேட்டான். கதாசிரியருக்கும் ஆத்திரம் வந்ததைப்போல இருந்தது. ஆனால், அப்படி எதுவும் வந்ததாகக் காட்டிக்கொள்ளவில்லை.

"நான் உன்னைத் திசை திருப்பவோ, என் பேச்சை நோக்கி மடைமாற்றவோ முயற்சிக்கவில்லை. சமூக யதார்த்தத்தைத் துல்லியமாகக் காட்டும் உன்னுடைய பாத்திரப்படைப்பு சரியாகப் படைக்கப்பட்டிருக்கிறது. மாற்ற வேண்டிய அவசியமில்லை. விருதை எதற்குத் திருப்பித் தர வேண்டும்? முடியாது." அவனைப் போலவே திட்டவட்டமாகவும் அழுத்தமாகவும் சொன்னார்.

"கதையுலகம் வாசிப்போரின் சொத்து. படைப்புகள் சமூகத்தின் உடைமை. அவை மாற்றத்தைக் கொண்டுவரத் தூண்டக் கூடாதா? பாத்திரங்கள் சத்தம் எழுப்பாமல் மலட்டுத் தன்மையோடு திரிய வேண்டும். அதுதானே உங்கள் இலக்கிய நோக்கம்? என் வாழ்வை புரிந்துகொள்ளத் திராணியற்று, என்னுடைய முகத்தைச் சிதைத்துக் குரலைத் தாழ்த்தி வாயைப் பொத்தி காலம் முழுக்க முனங்கும்படி செய்துவிட்டாய்"

பொறுமையை இழந்து வாதிட்டுக்கொண்டிருந்தவன், "நான் உன்னிடம் எதிர்பார்ப்பது ஒன்றே ஒன்றுதான். அது..." தொண்டையைச் சரிசெய்துகொண்டு பேச ஆரம்பித்தான். "நான் உன்னிடம் எதிர்பார்ப்பது இந்த ஒன்றுதான்" என்று சொல்லும்போதே எழுத்தாளர் பேச முயன்றார்.

நாக்கு உலர்ந்து உணர்ச்சியற்ற சதைத்துண்டாகத் தடித்துக் கிடந்தது. தொண்டை வறண்டு தாகம் அதிகமானது. தண்ணீர் குடிக்கலாமென்று எழ முயற்சித்தார். அவரால் அங்கங்களை அசைக்க இயலவில்லை. மரத்துப் போன உடம்பில் எந்தப் பாகத்தையும் அசைக்க முடியாதபடி யாரோ

கெட்டியாகப் பிடித்துக் கட்டி வைத்திருந்ததைப் போலப் படுத்திருந்தவர் கடும் முயற்சிக்குப் பிறகு எழுந்துத் தன் மேசையருகே நகர்ந்து வந்தார். எழுத்தாளர் பேசிய வார்த்தைகள் வெளிப்படவில்லை. தொண்டை கரகரத்தது. தன் கதாபாத்திரம் தொடுத்த கேள்விகள் பெரும் அலறலாக ஒலித்தன. என்ன செய்து இவனை இங்கிருந்து அனுப்பலாமென்று எழுத்தாளரின் உள்மனம் திட்டம் தீட்டிக்கொண்டிருந்தது.

பெருமிதத்தோடு தான் படைத்த கதாபாத்திரம் என்று பல்வேறு இலக்கிய சர்ச்சைகளில் விவாதிக்கப்பட்ட பெயரிடப்படாத அவனின் மெலிந்த நீளமான கைகள் சற்றும் எதிர்பாராத சமயத்தில் நரம்புகள் புடைக்கத் தன் பாத்திரத்தைத் தானே சித்திரித்துக் கொள்ளும் பிரயத்தனத்தில் கதாசிரியரின் கைகளை மேசைப்பக்கம் இழுத்து விரல்களை மடக்கி எழுத ஆரம்பித்தது. திருத்தி எழுதப்பட்ட கதாபாத்திரம் உரையாடும் சத்தம் பேரிரைச்சலாய் அண்ட வெளிகளிலும் எதிரொலித்தது.

கணையாழி (ஏப்ரல், 2018)

கன்னியம்மாள்

"இதனால் சகலமானவருக்கும் தெரிவிச்சுக்குறது என்னன்னா... நம்ம ஊரு முன்னாள் பெரசிடெண்டு பெரியசாமிக் கவுண்டரு இன்னைக்கிக் காலையில கோழிகூப்பிடுற நேரத்துல காலமாகிப் போனா...ரு.. அன்னார் தகனம் இன்னைக்கி சாயங்காலம் அஞ்சு மணிக்கு நம்ம ஊரு கெழக்க இருக்குற குடியானவுக சுடுகாட்டுல நடக்குமுங்கோ...ஓஓஓ......"

பஞ்சாயத்துத் தலைவர் பதவி முடிந்து பதினைந்து வருடங்கள் ஆகியிருந்தும், அதற்குப் பிறகு மூன்றுபேர் அந்தப் பதவியை அலங்கரித்திருந்தாலும் கூட இன்றைக்கும் அதியங்குடி கிராமத்துக்காரர்களின் பெரசிடெண்டு பெரியசாமிதான். கன்னியம்மாள் மாதிரியான சிலருக்கு 'பெரசண்டு'. பெரசண்டு பெரியசாமிக் கவுண்டர் இறந்து விட்டானென்ற சேதி பன்றிமலையில் பட்டு எதிரொலிக்கும் ஊர்தண்டல் பாலுவின் குரலில் காலையில் மாட்டுத்தொழுவத்தில் சாணியை வாரி அள்ளிக்கொண்டிருந்த கன்னியம்மாளுக்குப் 'பகீரென்று' இருந்தது. வாழைமரத்தின் கிழிந்த இலைகள் காற்றில் படபடத்தன. உடல் பதற தொழுவத்தைவிட்டு வெளியில் வந்தாள். தரை முழுதும் வேப்பமரத்தின் இலைகளால் மூடப்பட்டு வழக்கத்திற்கு மாறாக, குன்றெனக் குவிந்து கிடந்தது. இன்றைய அதிகாலையும் எல்லா நாளையும் போலத்தான் விடிந்தது. அதிகாலை நாலரை மணியிலிருந்து வேலை பார்த்துக்கொண்டிருக்கும் கன்னியம்மாளுக்கு பெரசண்டுவின் மரணச்செய்தியைக் கேட்டதிலிருந்து நெஞ்செலும்புகளுக்கிடையில் கூரான கத்தியைவிட்டு இதயத்தை மட்டும் குத்திய ஓட்டையில் ரத்தம் கசிந்தது மாதிரி வலித்தது. முந்தைய இரவில் இப்படியொரு கெட்ட செய்தி வருவதற்கான

எந்த அறிகுறியும் இல்லாதது இன்னும் அதிர்ச்சியைத் தந்தது. அறிகுறிகள் தெரிந்திருந்தால் ஆசுவாசப்படுத்திக்கொள்ள மனது தயாராயிருக்கும். அறிகுறிகள் அதற்குத்தானே! அந்தக் கொடுப்பினையும் இல்லாமல் போனது. அகால மரணம். காதில் விழுந்த சொற்கள் அதிகாலையின் கருநீலவானத்தை மறுபடியும் இருளுக்குள் இழுத்துப்போனது. அவள் சேர்த்து வைத்த செல்வம் மொத்தமும் ஒரு காட்டாற்று வெள்ளத்தில் அடித்துச் சென்றதைப் போல, வீடும் வாசலும் தோட்டமும் தீக்கிரையாகி மொத்தச்சொத்தும் எரிந்து சாம்பலாகி நாசமானதைப் போல பேரழிவின் உணர்வில் மனம் சஞ்சலத்தில் சிக்கித் தவித்தது. கன்னியம்மாளின் நெஞ்சு வலியெடுக்க நடுங்கிய கைகளால் அமுக்கிவிட்டு வலியின் அழுத்தத்தைக் குறைக்க முயற்சித்தாள்.

அவளுக்கு வாழ்க்கையில் பிடிப்பு வருவதற்கு பெரசிடெண்டு ஒரு காரணம். ஒரு காரணம் மாத்திரமல்ல. முழுக்காரணமும் அவன்தான். பணப்பிரச்சினைகள் வரும்போதெல்லாம் பெரசிடெண்டுவிடம் ஓடுவாள். அவனும் போகும்போதெல்லாம் அவள் கேட்டவுடன் சின்ன மறுப்பேதும் சொல்லாமல் ரூபாய் நோட்டுகளை எச்சில் தொட்ட விரல்களில் சர்சர்ரென எண்ணி நீட்டி அனுப்பிவிடுவான். "கன்னியம்மாளுக்கென்ன கொடுத்த வச்சவ. பெரசண்டு இருக்காரு" என்று அவளைக் கேலி பேசுபவர்களின் வார்த்தையில் இருக்கும் கேலி கேலியில்லை. அவளையும், அவனையும் சேர்த்து வைத்துப் பேசும் வசைச்சொல்.

அவள் காதுபடப் பேச ஆரம்பித்த பிறகுதான் அவள் கண்ணீரோடு ராசாத்தியிடம் மாத்திரம் அந்த ரகசியத்தைச் சொன்னாள். "இது நம்ம ரெண்டு பேரத் தவிர வேற யாருக்கும் தெரியக் கூடாது. யார்கிட்டயும் சொல்லிராத ராசாத்தியக்கா." மிளகாய் பிடுங்க மொக்கைத்தேவர் தோட்டத்துக்குப் போய்க்கொண்டிருக்கும் போது அந்தக் கருக்கலில் அவர்கள் இருவரையும் தவிர அருகில் யாரும் இல்லாத சமயம் பார்த்து ராசாத்தியிடம் சொல்லிவிட்டாள். காலத்திற்கும் அடைபட்ட காய் வெடித்து பஞ்சாய் காற்றில் பறந்த மாதிரி மிதந்தது கன்னியம்மாள் மனது. பக்கத்தில் உங்கள் ரகசியத்தை நானும் கேட்டுவிட்டேன் என்பதைப்போலப் பாதையில் நீண்டிருந்த கருவேலமரக் கிளையொன்றின் முனையில் ஓணான் தலையை உயர்த்தி மஞ்சள் கண்களை உருட்டி உருட்டிப் பார்த்தது. கன்னியம்மாள் ராசாத்தியைக் கெஞ்சிக் கேட்டுக்கொண்டாள். ராசாத்தியும், "நான் எதுக்குடி ஆத்தா இதைச் சொல்லப் போறேன்." ரகசியத்தைத் தனக்குள்ளே அந்நொடியிலேயே புதைத்துவிட்டவளாகப் பதிலளித்தாள். ராசாத்தி பக்கத்துக் காட்டிற்குள் புகுந்து இரண்டு மூன்று செடிகளை இணுங்கி வந்தாள். காய்ந்த தோலை உரித்து உள்ளிருந்த பச்சைப்பயறை வகுந்து கன்னியம்மாள் கையில் கொடுத்துத் தானும் வாயில் போட்டு மென்றாள்.

"ஏய் பொண்ணு... நான் களையெடுக்க போயிட்டு வாரேன். நீ மறக்காம ரெண்டு மாட்டையும் வள்ளியப்பன் தோட்டம் பக்கமா பத்திட்டுப் போ.." என்று கன்னியம்மாள் தன் மருமகள் பழனியம்மாளைப் பார்த்து வேலைக்குக் கிளம்பும் அவசரத்தில் படபடவென்று சொல்லிவிட்டுக்

கிளம்பத் தயாரானாள். "ஆங்... சரித்தே." வீட்டுக்குள்ளிருந்து மெல்ல வந்து வெளியில் விழுந்தது பழனியம்மாளின் குரல். "ஆங்... சரி... சரித்தே... சரி மாமா... செஞ்சுடுறேன்... பண்றேன்... பாத்துக்குறேன்... கொண்டார்றேன்... தந்துடுறேன்..." அவ்வளவுதான் அவள் பதில். அவளின் பேச்சு மட்டும் சுருக்காக இருக்கவில்லை. ஆளும் சின்னதாய் சுருங்கி, நறுங்கி சவலைப்பிள்ளை போலத்தான் இருப்பாள்.

ஆனால் அவளின் மாமியார் கன்னியம்மாள் குட்டையாக, கறுப்பாக இருந்தாலும் அவளின் கண்கள் துறுதுறுவென்று இருக்கும். அவளின் நடையில் இருக்கும் பரபரப்பு, வேலை செய்யும்போது உடம்பு வளைந்து, மடிந்து, நெளிந்து வேலையை விறுவிறுவென்று இயந்திரம் போல செய்து முடித்து விடும் வேகம், "அவ தெறமையும், வேகமும் யாருக்கு வரும்!" என்று பார்க்கிறவர்களுக்கு அங்கலாய்ப்பதே வேலை. கன்னிவாடி, தருமத்துப்பட்டி, ஒட்டன்சத்திரம் வரைக்கும் அவளுக்கு இந்த நல்ல பெயர் இருந்தது. மிளகாய், தக்காளி, வெண்டை, அவரை, பாசிப்பயிறு, நெல், பருத்தி, வேர்க்கடலை, எள், கனகாம்பரம், மல்லிகை, சம்பங்கி, சாமந்திப் பூ என்று எதைப் பயிரிட்டிருந்தாலும் விதை தெளிப்பது, களையெடுப்பது, காய் பிடுங்குவது, பூப்பறிப்பது என எதுவாக இருந்தாலும் கன்னியம்மாள் அங்கிருப்பாள். இந்த ஊரில் கன்னியம்மாளுக்கு இணையாக போலியமனூர் மாரியம்மா, சுரைக்காய்பட்டி ராசாத்தி, மேட்டுப்பட்டி மூக்கம்மாதான் இப்படி எந்த நேரத்திலும், எல்லா வேலைக்கும் சரியாக இருப்பார்கள். இந்த நால்வரிலும் கன்னியம்மாளைவிட மற்ற மூவரிடத்திலும் பக்குவமும், லாவகமும் கொஞ்சம் குறைவுதான். நூல்பிடித்த மாதிரி ஒரே நேர்கோட்டில் இருக்கும் செடிகளின் வரிசையை வைத்தே அவை கன்னியம்மாள் நட்டவை என்று சொல்லிவிடலாம். அவள் விதை தெளித்தால் அந்தச் செடி செழித்து, பருத்து வளரும். மண்ணிலும், விதையிலும் அவளின் வீரியமும் ஆழமாக இறங்கியிருக்கும். விளைச்சலில் எந்தக் குறைச்சலும் இருக்காது. வழக்கத்தைவிட ஒன்றிரண்டு கிலோ கூடுதலாகக் காய்த்துக் குலுங்கும். அவள் கைராசி அந்த மாதிரி. "எந்த சாமி வரம் வாங்கி அவ அம்மாக்காரி முந்தி விரிச்சாளோ. மண்ணுல அவ தொட்டதெல்லாம் காய்ச்சுக் கொட்டுது" என்று அவள் காதுபடவே பேசும் ஊரைப்பற்றிப் பெரிதாக அலட்டிக்கொள்ளாமல் ஏர்க்கலப்பை சுமந்த மாட்டைப்போல நிற்காமல் ஊர்ந்துகொண்டே இருப்பாள்.

பெரசிடெண்டும், அவன் ஆத்தாளும் "கன்னியம்மா, மறக்காம கோழிகூப்பிட வந்துருடி" என்றால் கன்னியம்மாளும் "மடையத் தொறந்து விட்டா மண்ணுல ஓடாம மானத்துலயா பாயப் போகுது தண்ணி. வாராம எங்க போகப் போறேன். வந்துர்றேன் ஆத்தா" என்று சொல்லிவிட்டுச் சென்றால் கீழ்வானத்தில் வெள்ளி முளைக்கும் நேரத்திற்கெல்லாம் வந்துவிடுவாள். கோழியையும், சேவலையும் அவள் வந்து எழுப்பிவிட வேண்டும். ஒருமுறை அவள் முகத்தில் விழித்துச் சென்ற காரியம் கைகூடியதிலிருந்து வீட்டில் எந்த நல்லது கெட்டதுக்கும் அதிகாலையில் வரச்சொல்லி அவள் முகத்தில் விழித்துவிட்டுத்தான் பெரசிடெண்டு அந்தக்

காரியத்தைத் தொடங்குவது வழக்கம். ஊர்க்காரர்களுக்குத் தெரியாமல்தான் வரச் சொல்லுவார்கள். இல்லையென்றால் 'காலனிக்காரி மொகத்துல முழிச்சி எந்திரிக்குற. பெரசிடெண்டுனு வெளியில சொல்லிக்கிட்டு நெஞ்சை நிமித்திகிட்டு அலையாத' என்று கேவலமாய் ஏச்சு வாங்குவது தவறாது. அவள் கைராசியைப் போல முகராசியும் நல்ல காரியங்களில் ஈடுபடும் முன்பு நல்ல சகுனமாக இருந்தது.

வெய்யிலின் கதிர்பட்டு மினுக்கும் அவளின் கறுப்புத்தோலும், வட்ட முகமும், சுடர்விடும் கண்களும், வரிசைமாறாத கருமை கலந்த வெண்பற்களும், கருஞ்சிவப்பு நிறத்தில் தடித்த உதடுகளும், ரெட்டை நாடியும் முகத்தில் இயல்பைவிட உடல் வனப்பைக் கூட்டிக் காட்டும். அவள் குமரியான சமயம் 'மதுரை மீனாட்சி கணக்கா இருக்கா'னு ஊரார் வாழ்த்திச் சொன்ன சொல்லை இன்றும் நிரூபணம் செய்வதுபோல இருந்தது அவளின் மங்களகரமான அழகு. ரவிக்கை போடாத சேலையில் அறுபது வயதை நெருங்கிக்கொண்டிருந்த அவளின் உடம்பு இன்னும் கிழடு தட்டாமல் முறுக்கேறி கிண்ணென்று இருந்தது. கழனிகளில் குனிந்து நிமிர்ந்து செய்யும் வேலையில் கூடிநிற்கும் வேகமும், செய்நேர்த்தியும் எப்போதும் கிழவியாகமாட்டாள் என்று சொல்ல வைக்கும். அந்த ஊர்ப்பெண்களில் எவருக்கும் வாய்க்காத உடல்வாகு.

அவள் வரவு செலவு எல்லாம் பெரசிடெண்டு வீட்டில்தான். யார் தோட்டத்தில் வேலை செய்தாலும் வரும் கூலியில் ஐந்து ரூபாயோ, பத்து ரூபாயோ மட்டும் அவள் மகனிடம் அல்லது மருமகளிடம் கொடுத்துவிட்டு மீதிப்பணத்தை பெரசிடெண்டிடம் கொடுத்து சேர்த்து வைப்பாள். அவசர ஆத்திரத்திற்கு அவனிடமிருந்து வாங்கிக்கொள்ளலாம். ஆனால் எவ்வளவு தொகைக் கொடுத்து வைக்கிறோம், என்ன தேதியில் எவ்வளவு வாங்கினோம், எவ்வளவு பணம் மீதி இருக்கிறதென்ற விவரமெதுவும் அவளுக்குத் தெரியாது. 'கொடுத்து வைப்பது மட்டுமே தன் கடமை. மற்றதை பெரசிடெண்டு பார்த்துக்கொள்வார்' என்பது அவள் நிலைப்பாடு. பெரசிடெண்டு அந்தப் பதவியில் இருந்த நாட்கள் என்றில்லாமல் இன்றுவரை ஊரில் எல்லா விவகாரங்களையும் அவன் தலைமேல் போட்டுக்கொண்டு கவனிக்க வேண்டுமென்ற தோரணையில் வலம் வந்தான். கன்னிவாடி பேரூராட்சிக்குப் போட்டியிட்டு தோற்று காசு, பணம், சொத்து சுகங்களை இழந்திருந்தாலும் அந்த ஊரிலிருந்து அரசாங்கம், அரசியல் சம்பந்தமாக எது நடந்தாலும் பெரசிடெண்டு தலையீடு இல்லாமல் நடப்பதில்லை.

நெடுஞ்சாலை போடுவதற்காக சர்வே செய்து, டேப் வைத்து அளந்ததில் கன்னியம்மாளின் வீடும் வரைபடத்திற்குள்ளிருந்த கோடுகளாலான சாலைக்குள் வந்தது. கன்னியம்மாள் இந்த மண்ணில் பிறந்ததற்கும், வாழ்வதற்கும் ஆதாரமாக இருந்த வீட்டை எந்தக் காரணத்திற்காகவும் இழக்கத் தயாராயில்லை. கன்னியம்மாளுக்கு வீட்டை இழப்பது அவளையே இழப்பது மாதிரி. "தலைமுறைத் தலைமுறையாய் விருத்தியாகி வந்த வம்சத்தை இழப்பதா" என்று அழுகையிலும், முனகலிலும் மன்றாடிப்

பார்த்தாள். அவள் புருஷனும், மகனும் எங்கு சென்று முறையிடுவதென்று தெரியாமல் நிலைகலங்கியவர்களாக இருந்தனர். கன்னியம்மாளும் மற்றும் சில காலனிக்காரர்களும் சாலைக்காகக் குடியிருந்த வீட்டையும், சோறுபோடும் துண்டு நிலத்தையும் கொடுக்க மறுத்து முரண்டு பிடித்தபோது தாசில்தாரும், ரெவினியூ இன்ஸ்பெக்டரும் பெரசிடெண்டை வைத்துத்தான் இவர்களை சமாதானப்படுத்தி ஒப்புதல் கையெழுத்தை வாங்கினர். எல்லோருக்கும் ஊருக்கு வெளியே ஐந்து சென்ட் வீட்டுமனைப்பட்டா கொடுத்தனர். கன்னியம்மாளுக்கும், மற்ற நாலைந்து காலனிக்காரர்களுக்கு மட்டும் அதைத்தள்ளி சற்று தூரமான இடத்தில் தந்தனர். ஊரில் இன்னொரு காலனி ஒன்று உருவானது.

கன்னியம்மாள் குடிசை போட்டுக்கொள்ளவும், வீடு பறிபோன சோகத்தில் படுக்கையில் விழுந்த அவளின் கணவன் இறந்தபோது அடக்கம் செய்யும் செலவுக்கும் பெரசிடெண்டுதான் பணம் கொடுத்து உதவினான். "சடையாண்டி, மொதல்ல ஒம் மகளுக்கு காலேஜ் ஃபீஸ கட்டு. நெலத்துக்கான பணம் வந்ததுக்குப் பெறகு மத்ததைப் பாத்துக்கலாம்" என்று வலிய வந்து பணம் கொடுத்தான். சில மாதங்களுக்குப் பிறகு எல்லோர் தரப்பிலும் அரசாங்கத்திடம் பேசி அவனே நஷ்டஈடு வாங்கித் தந்தான். அப்போது ஆரம்பித்த வரவுசெலவு கன்னியம்மாளுக்கு இப்போது வரைக்கும் பெரசிடெண்டுடன் தொடர்ந்து வருகிறது. தன் மகனிடமும், மருமகளிடமும் "பெரசிடெண்டுகிட்ட இருக்குறது பேங்குல கெடக்குறது மாதிரி" என்று சொல்லி வைத்தாள். மகனும், மருமகளும் அவள் என்ன வேலை பார்க்கிறாள், என்ன கூலி வாங்குகிறாள், வாங்கிய கூலியை என்ன செய்கிறாள் என்ற எந்த விவரங்களையும் கேட்பதில்லை. தன்னைப் பெற்றெடுத்து வளர்த்து ஆளாக்கிய அய்யாவையும், அம்மாவையும் கணக்குக் கேட்பதையோ, என்ன செய்கிறார்கள் என்று பார்ப்பதையோ சடையாண்டி அவமானமாகக் கருதினான். தாய்தந்தையருக்கும், பெண்டாட்டி பிள்ளைகளுக்கும் உழைத்துச் சம்பாதித்துச் சோறு போடுவது தன்னுடைய கடமையென்று வாழ்கிறவன் சடையாண்டி. தன் அம்மா செய்யும் வரவுசெலவுகள் எதுவும் அவனுக்குத் தெரியாது. தெரிந்துகொள்ள வேண்டுமென்று எப்போதும் அவன் பெரிதாக ஆர்வம் காட்டியதுமில்லை.

"என்ன ஏதுன்னு கணக்கு வழக்கு வச்சுக்கடி. நாளைக்கு ஏதாவது சிக்கல்னா நடுவீதியில நிக்கக்கூடாது." பச்சைமிளகாயை வெடுக்வெடுக்கென்று பிடுங்கிக்கொண்டிருந்த ராசாத்தி சொன்னபோது "அதையெல்லாம் நம்ம பெரசிடெண்டும், அவுக ஆத்தாளும் சரியா பாத்துக்குருவாக" என்று சொல்லி பிடுங்கிய மிளகாயை சேலைத்தலைப்பை வைத்து சாக்குப்பையைப்போல ஆக்கி வைத்திருந்த அவள் மடியில் போட்டுக்கொண்டே அவள் வாயை அடைத்துவிட்டாள். மிளகாய் பிடுங்குவதில் காட்டும் வேகம், ராசாத்தி பேசத்தொடங்கியதும் இன்னும்கூடி அவளைக் கடந்து ரெண்டு வரிசையை முடித்து கன்னியம்மாள் முன்னால் போய்க்கொண்டிருப்பாள்.

"இப்படி குடுத்து வைக்குறத விட்டுட்டு நம்ம நாடார் கெழவிகிட்ட சீட்டு கட்டலாம். அது கணக்கா சீட்டுல எழுதி வச்சு வரவு செலவு பாக்கும்."

கன்னியம்மாளின் மீதிருந்த அக்கறையில் ராசாத்தியும் பிடுங்குவதில் வேகம் கூட்டி அவளை அடைந்து சொன்ன அறிவுரையையும் கன்னியம்மாள் காதில் போட்டுக்கொள்ளவில்லை. “பாத்துக்கலாம் ராசாத்தியக்கா” என்று சொல்லி மீண்டும் பத்துச்செடிகள் முன்னால்போய் கனத்துத் தொங்கும் மடியில் பிடுங்கிய மிளகாயைப் போட்டு நிறைப்பதில் கவனம் வைப்பாள். மிளகாயின் காரநெடி உடம்பு முழுக்க பரவி மூக்கில் நமைச்சல் எடுத்தது. நமைச்சலை விரட்ட புறங்கையை வைத்துத் தடவிக் கொடுத்த மூக்கிலிருந்து நீரொழுக ஆரம்பித்தது. வேலை வேகமெடுத்த கொஞ்சநேரத்தில் அதுவும் வற்றிப்போனது. இறுதியில் நிரம்பி வழியும் மடியிலிருக்கும் மிளகாயைக் கூடையில் கொட்டி எடைபோட்டால் வழக்கம்போல அன்றைக்கும் மற்றெவரையும்விட அவள் கூடை எடைதான் அதிகமாக இருந்தது. கூலியை வாங்கிக்கொண்டு அங்கிருக்கும் எல்லோருக்கும் பெருமிதம் ததும்பும் முகத்தைக் காட்டுவாள். இடுப்பில் சொருகியிருக்கும் சேலையில் கொஞ்சம் எடுத்து மடித்த ரூபாய்த்தாளகளை வைத்து பீடி சுருட்டுவது போல சுருட்டி மறுபடியும் சொருகிக்கொள்வாள். பக்கத்தில் வாய்க்காலில் பாய்ந்தோடும் நீரை இருகைகளாலும் அள்ளி முகத்தையும், கழுத்தையும், கைகளையும், கால்களையும் கழுவிவிட்டு நீரில் நனைந்த சேலைத்தலைப்பை வைத்துத் துடைத்துக் கொள்வாள்.

சுருங்கிய, பழுத்த, புழுகு கடித்த மிளகாய்களை வீட்டு உபயோகத்திற்கு ஆகுமென்று ஒருகை அள்ளி சேலைத்தலைப்பின் நுனியில் போட்டு பந்தைப்போல முடிந்து எடுத்துக்கொண்டு ஓடையில் இறங்கி வரப்புகளில் ஏறி பெரசிடெண்டு வீட்டை நோக்கி நடைபோடுவாள். எப்போது போனாலும் போகும்போது வேப்பங்குலையை ஒடித்து ஒரு கட்டு கொண்டு போய் வீட்டுக்குப் பின்னாலிருக்கும் மாட்டுத்தொழுவத்தின் ஓரத்திலிருக்கும் வெள்ளாடு மூன்றுக்கும் பிரித்துப் போடுவாள். பெரசிடெண்டு ஆத்தா கேட்டாலும், கேட்காவிட்டாலும் அந்த ஆடுகளுக்கு அந்த மேட்டுக்காட்டின் வழியே வரும் சமயம் கண்ணில் அகப்படும் தீவனத்தை அள்ளி வந்து போடுவதில் அவளுக்கொரு திருப்தி. எந்தத் தோட்டத்தில் கூலி கொடுத்தாலும் சாயங்காலமானால் அவளை பெரசிடெண்டு வீட்டில் பார்த்துவிடலாம். மழையில்லாமல் துளியும் ஈரமற்ற வறண்ட காற்றுவீச வானம் பார்த்துக் கிடக்கும் பூமியில் பச்சையென்று சொல்ல சில கருவேலமரங்களைத் தவிர வேறில்லை என்றொரு காலம் வரும். வெய்யிலின் காலம். கண்களைச் சுருக்கி சுருக்கிப் பார்க்கும் மனிதர்களின் நடமாட்டமும் குறைந்த காலம். வயிற்றுப்பாட்டுக்குக் குடும்பம் குடும்பமாய் ஊரை விட்டு வெளியேறிப் போவதைத்தவிர போக்கிடம் இல்லை. கருவேலமரங்கள்கூட வளராத அவ்வூரின் நிலம் கள்ளிப்புதர்கள் நிறைந்த பொட்டல்காடாய் சூடேறித் தகித்துக்கொண்டிருந்த அந்த நாட்களில் வெளியூருக்கு விறகு வெட்டப்போனாலும் ஊருக்குள் வந்ததும் கவுண்டன் வீட்டை நோக்கித்தான் அவள் மனதும் கால்களும் நடக்கும். வெளியூரிலிருந்து வரும்போதே பேரப்பிள்ளைகளுக்குத் தின்பண்டமும், பலகாரமும், வீட்டுக்குக் காய்கறிகளும், மளிகைச்சாமான்களும் வாங்கி வந்தது போக

மீதமிருக்கும் பணம் பெரசிடெண்டு வீட்டு இரும்புப்பெட்டியில் கிடந்து உறங்கத்தான் கொடுத்து வைத்திருக்கிறது.

கன்னியம்மாளின் மகன் சடையாண்டி வாங்கி வந்த மாடு ரெண்டும் விலை போகாமல் வீட்டிலேயே இருந்தன. புதுசாக வந்த மிருகவதை தடுப்புச் சட்டத்தால் சந்தையில் மாடு விற்க முடியாதபடி கெடுபிடி. சட்டமும், புதிய கெடுபிடிகளும் என்னவென்றும், எதற்காகவென்றும் ஒன்றும் புரியவில்லை. மாடு ஏற்றிப்போன வண்டிகளைப் பிடித்துக்கொள்வதும், ஆட்களைப் பிடித்து அடிப்பதும் அங்கங்கு நடந்து கொண்டிருந்ததால் வியாபாரம் முற்றிலும் முடங்கிவிட்டது. கடந்த நான்கு மாதங்களாக அதற்கான தீனியும், வைத்தியச் செலவும் செய்து கட்டுபடியாகவில்லை. மாட்டுத்தரகனான அவன் போட்ட முதல் மொத்தமும் இழந்து நட்டமானது. இப்போது விற்றாலும் போட்ட முதலீட்டை எடுக்க முடியாத நிலை. கொஞ்சம் நஞ்சமல்ல. ஒவ்வொரு மாடும் இருபதாயிரம். மொத்தம் நாற்பதாயிரம். அதுவும் தேவகோட்டைச் சந்தையில் வட்டிக்கு விடும் மேலூர் செல்லையாத் தேவரிடம் அதிக வட்டிக்கு வாங்கியிருந்தான். ஒருமாதம் வீட்டில் வைத்து நல்ல தீனிபோட்டுக் கொஞ்சம் எடை கூடியவுடன் பொள்ளாச்சி சந்தையில் நல்ல விலைக்கு விற்றுவிடலாமென்று பல திட்டங்களைப் போட்டு வைத்திருந்தான்.

மாடு விற்று வரும் பணத்தில் பெரியமகள் செல்விக்கு தங்கச்செயின் எடுத்துப் போடலாமென்று நினைத்திருந்தான். அவளும் ஒட்டன்சத்திரத்தில் கல்லூரிக்குப் படிக்கப் போனதிலிருந்து ‘கழுத்து மொழுக்கட்டின்னு இருக்குப்பா’ என்று சின்னதாகத் தங்கச்செயின் எடுத்துத் தரச்சொல்லி ஊருக்கு வரும்போதும், அவளைப் பார்க்க விடுதிக்குப் போகும்போதும் அழுதுகொண்டிருந்தாள். அது இப்போது முடியாதென்று உறுதியாகிவிட்டது. “செயின் என்ன செயினு... செல்லையாவுக்கு வட்டியைக் கட்டுறதுக்கு முடியாம இருக்கு. அதுதான் இப்போ கவலையாக்கும்.” மகள் காதில்படும் விதமாக அவன் சம்சாரத்திடம் எரிந்து விழுந்தான்.

மாடுகளுக்குக் காசநோய் வந்த மாதிரி எடை இறங்கி எலும்பு துருத்திக்கொண்டிருந்தது. “ஒரு வாரம் தாமதமனாலும் ஊருக்கு நேரா கௌம்பி வந்து மாட்டைப் பிடிச்சுட்டு போறேன்னு நிப்பான். இப்போ இருக்குற நெலைமைக்கு அதையும் புடிச்சுட்டு போவானான்னு சந்தேகந்தான். வீட்டை எழுதிக்கொடுன்னு கேப்பான். எப்படி சமாளிக்குறதுன்னு புரிய மாட்டேங்குது. என்ன செய்யப் போறனோ?” புலம்பியபடி பெருமூச்சு விட்டதை அடுப்படியில் விறகைத் தள்ளிவிட்டுக் கொண்டே கேட்டுக்கொண்டிருந்தாள் கன்னியம்மாள்.

‘காலையில மொதவேளையா பெரசிடெண்டப் பாத்துப் பணத்த வாங்கிட்டு வந்து சடையாண்டிகிட்ட குடுத்து மொதல்ல கடனை அடைக்கச் சொல்லணும்’ என்று நினைத்துக்கொண்டாள். “எவ்வளவு பணம் நம்ம கொடுத்து வச்சோம். சடையாண்டிக்கு நாப்பதாயிரம் தேவைப்படுமின்னு பேசிக்கிட்டு இருந்தான். அவ்வளவு பணம் இருக்குமா?” என்ற கேள்விகள்

110 ● பூர்ணிமை

மனதில் ஓடிக்கொண்டிருக்க இந்தமுறை பெரசிடெண்டைக் கேட்டுவிட வேண்டுமென்று முடிவெடுத்தாள்.

“என்னடி கன்னியம்மா, இந்நேரத்துல விடிஞ்சும் விடியாம வந்து நிக்குற? பணம் எதுவும் தேவைப்படுதா?” பெரசிடெண்டு ஆத்தா கேட்டாள். கன்னியம்மாள் வீட்டின் வேலிப்படலுக்கு வெளியே நின்று பேசினாள். பெரசிடெண்டு வீட்டுக்குள்தான் ஏதோ வேலையாக இருந்தான். ஆத்தாளும், கன்னியம்மாளும் வெளியில் பேசிக்கொண்டிருந்தது நன்றாகக் கேட்டது.

“ஆமா ஆத்தா...”

“எவ்வளவு வேணும்?”

“ஒட்டுக்கா எவ்வளவு இருக்கும் ஆத்தா?” இந்த வார்த்தையைக் கேட்டதும் வீட்டுக்குள்ளிருந்த பெரசிடெண்டுக்கு சுருக்கென்றது. எப்போதும் கேட்டிராத வார்த்தைகளைக் கேட்டபோது மனம் ரசிக்கவில்லை. அவன் போய் இரும்புப்பெட்டியைத் திறந்தான். சில நூறு ரூபாய்த்தாள்கள் தவிர இவள் பணமென்று எதுவும் இல்லை. வருவதெல்லாம் அவன் வரவுசெலவுகளில் கலந்துவிட்டிருந்தது. மனதிற்குள் கணக்கு போட்டபோது கடந்த ஆறு வருடங்களாக அவள் கொடுத்த மொத்தத்தொகை தோராயமாக ஒருலட்சத்தைத் தாண்டுவது போலத் தெரிந்ததும் மேற்கொண்டு கணக்கு போடாமல் நிறுத்திக்கொண்டான். அவ்வப்போது பெரும்பாலும் நூறு, இருநூறு என்றும் சில சமயங்களில் ஆயிரம், ரெண்டாயிரம் ரூபாயும் வாங்கிப் போயிருக்கிறாள். அது சொற்பம்தான் என்பதால் அந்தக் கணக்கையும் எழுத வேண்டியதில்லை என மனதிற்குள் நினைத்துக்கொண்டான்.

“எனக்கென்னடி தெரியும். நான் என்ன கணக்க வழக்க கண்டேன்” என்று தனக்கும் அதற்கும் அந்த சம்பந்தமில்லையென்றாள் பெரசிடெண்டு ஆத்தா.

“இரு என் மகனக் கூப்பிடுறேன்.” திரும்பி வீட்டுக்குள் கண்களைச் செலுத்தி “பெரியசாமி... பெரியசாமி... இந்தாய்யா கன்னியம்மா வந்து நிக்குறா. வந்து என்னன்னு பாரு. அவள் சத்தம் வீட்டுக்குள் நுழைந்து புழக்கடைக்குப் போய் பின்புறத் தோட்டத்தில் வரப்பை வெட்டித் தோட்டத்திற்குத் தண்ணீரைப் பாய்ச்சிக்கொண்டிருந்த பண்ணையாள் வரைக்கும் கேட்டது. கிழவியின் உடம்பு காட்டும் தளர்ச்சிக்கு நேரெதிராக இருந்தது அவளின் கம்பீரமான குரல். ஒரு பர்லாங்கு வரைக்கும் பரந்து கிடக்கும் நிலத்தில் கும்பல் கும்பலாக வேலை பார்த்துக்கொண்டிருக்கும் ஆட்களைக் கத்திக் கத்தி அதட்டி வேலை வாங்கிய அனுபவம்தான். முன்பெல்லாம் பெரியசாமியின் மனைவியிடமிருந்துதான் அதிகார மிடுக்கு நிறைந்த அதட்டல்களும், வசைகளும் வரும். அவள் இறந்ததிலிருந்து கிழவி மறுபடியும் தோட்டம், விவசாயம், வெள்ளாமை என்று இறங்கிவிட்டாள்.

கை வைத்த பனியனும், தோளில் துண்டுமாக ஆத்தாளின் குரலுக்கு வெளியே வந்த பெரியசாமி வேட்டியை அவிழ்த்துக் கட்டிக்கொண்டு

வந்தான். அவளைப் பார்த்து "என்ன கன்னியம்மா, பணம் வேணுமா?" என்று கேட்டான்.

"ஆமாங்க."

"எவ்வளவு வேணும்?"

"ஒட்டுக்கா எவ்வளவு இருக்கும்ங்க?"

"நீ கணக்கு வழக்கெல்லாம் பாத்து வச்சுட்டு வந்துருக்குற மாதிரிதான தெரியுது. ஒனக்கு எவ்வளவு வேணும் சொல்லு."

"எனக்கு நாப்பதாயிரம் தேவப்படுதுங்க." கன்னியம்மா தொகையைச் சொன்னதும் பெரியசாமிக்குப் பெரும் அதிர்ச்சியாக இருந்தது. இவ்வளவு பெரிய தொகையை இவள் கேட்பாள் என்று ஒருபோதும் எதிர்பார்த்திருக்கவில்லை.

"என்னது நாப்பதாயிரமா?" ஒரு திடுக்கிடலின் மூலம் தன் அதிர்ச்சியை அவளுக்கு வெளிப்படுத்தி விட்டு "இவ்வளவு பணம் திடீர்னு ஒனக்கு எதுக்கு கன்னியம்மா?" அவள் சடையாண்டியின் பணக்கஷ்டத்தையும், செல்லையாவிடம் வட்டிக்கு வாங்கிய விசயத்தையும் சொன்னாள்.

"இப்படி திடுதிப்புன்னு இவ்வளவு பணத்த ஒரேயடியா கேட்டா நான் எங்க போறது? நீ குடுத்து வச்சதே அவ்வளவு வருமான்னு தெரியல. ஒரு வாரம் பொறுத்து வா. என்ன ஏதுன்னு கணக்குப் பாத்துட்டு சொல்றேன்."

"சரிங்க. ஒருவேள தொகை போதலன்னா கொஞ்சம் நீங்கதான் ஏற்பாடு பண்ணி தரணுங்க" என்று சொல்லிவிட்டு அடுத்த சனிக்கிழமை வந்து பார்க்கலாமென்ற நினைப்பில் வீடுவந்து சேர்ந்தாள். அவளுக்கும் நாற்பதாயிரம் மிகப்பெரிய தொகையென்று தெரியும். கொடுத்து வைக்கும் அம்பது, நூறு ரூபாய் அந்த அளவிற்குப் பெரிய தொகையாய் சேர்ந்திருக்குமா என்ற சந்தேகமும் இருந்தது. பணத்தை வாங்கி வந்து கொடுத்துவிட்டுப் பிறகு சடையாண்டியிடம் சொல்லலாமென்று மகனிடம் எதுவும் சொல்லவில்லை. சனிக்கிழமை காலை வீட்டுவேலையை முடித்துவிட்டு, ராமசாமி கவுண்டர் தோட்டத்தில் கனகாம்பரம் பறிக்கப் போய்விட்டு சாயங்காலம் பெரசிடெண்டைப் போய் பார்க்கலாமென்று வெள்ளிக்கிழமை சாயங்காலமே நினைத்திருந்தாள். சனிக்கிழமை காலை பெரசிடெண்டின் இழவுச் செய்தியோடு விடியுமென்று கன்னியம்மாள் கொஞ்சமும் எதிர்பார்க்கவில்லை.

பெரசிடெண்டின் கேதத்திற்குப்போய் பிணத்தைத் தூக்கிப் போகும் சாயங்காலம் வரைக்கும் குளத்தோரத்தில் அலையில் அடித்து ஒதுக்கப்பட்ட தக்கைகளைப் போல காலனிக்காரர்கள் சிலரோடு சேர்ந்து வீட்டு வேலிப்படலுக்கு வெளியே தென்னைமரத்து நிழலுக்கடியில் நின்றுகொண்டிருந்தாள். கரையையும் சேராமல் குளத்தின் மையத்திற்கும் செல்ல முடியாமல் குளத்தின் ஓரத்திலேயே அலையில் தத்தளிக்கும் தக்கையைப் போல இருந்தது அவளது மனம். இழவுக்கு வந்து போனவர்களில்

சிலர், “பெரியசாமி ஆத்தாளைவிட இவளுக்குத்தான் பெரிய இழப்பாயிருக்கும் போல” என்று இவளையும், பெரசிடெண்டையும் சேர்த்து வைத்துப் பேசினார்கள். கேதத்திற்கு வந்த ராசாத்தி அவளருகே வந்தாள்.

“என்ன கன்னியம்மா இப்படியாகிப் போச்சு. இப்ப என்ன செய்யப் போற?”

“பாவம் தங்கமான மனுஷன். இப்படியாகும்னு யாரு கனா கண்டா. கவுரவமா தலை நிமிந்து நடந்துகிட்டிருந்த மனுசன் உசுரு இப்படி பொசுக்குன்னு இருந்திருந்தாப்ல ராத்திரி கண்ண மூடி தொறக்குறதுக்குள்ள இல்லாமப் போயிருச்சே.” சுரம் தாழ்ந்த குரலில் கன்னியம்மாள் பேசி முடித்தபோது தென்னை மரத்திலிருந்து காய்ந்த மட்டை ஒன்று வந்து விழுந்தது. அவளுக்கு திடுக்கென்று ஆகி உடல் அதிர்ந்து நடுங்கியது.

“எவ்வளவுடி குடுத்து வச்ச. இப்போ எப்படி கேட்டு வாங்கப் போற?”

“ஆத்தாளுக்கு நான் குடுத்து வச்சது எல்லாம் தெரியும். காரியம் முடியட்டும். வந்து பேசி வாங்கிக்கணும். என் மகன் கடன கட்டுறதுக்கு நாப்பதாயிரம் தேவப்படும்னு கேட்டேன். கொஞ்சம் கூடக்கொறைய இருந்தா போட்டுத் தாங்கன்னு சொல்லியிருந்தேன். அவ்வளவு பணம் இல்லன்னா இந்த நேரத்துல யார கேக்குறதுன்னுதான் எனக்கு தலைகால் புரியல.”

“அந்த கெழவிகிட்டயிருந்து மொதல்ல நீ குடுத்து வச்சத வாங்கப் பாரு...” அவளோடு கொஞ்ச நேரம் சேர்ந்து நின்றிருந்து விட்டு மதியம் சூரியன் உச்சிக்கு வந்தபோது ராசாத்தியும் கிளம்பிவிட்டாள்.

ராசாத்தி சொன்னதுதான் சரியென்றுபட்டது கன்னியம்மாளுக்கு. காரியம் முடிந்த வீட்டில் எப்படி கேட்பது என்று யோசித்துக்கொண்டிருந்தாள். தனக்கும் வேறு வழியில்லை. இல்லையென்றால் வீட்டை செல்லையா எழுதி வாங்கிக்கொள்வான் என்பதை நினைத்துப் பார்த்தாலே உயிர் போகிற மாதிரி இருந்தது. அப்படியெல்லாம் நடக்காதென்று தனக்குத்தானே தைரியம் சொல்லிக்கொண்டாள். சொந்தமென்று சொல்லிக்கொள்ள இருப்பதே அந்த ஒரு ஓட்டுவீடுதான். மறுபடியும் மறுபடியும் ஓட்டு வீடும், தன் மாமனார், மாமியார், மச்சான், நாத்தனார், கொழுந்தன், அவர்களின் குடும்பங்கள், தன் கணவன், ஒரேயொரு மகன், மகள்கள் என்று குடிசையாய் இருந்து ஓட்டு வீடாய் மாறிய அந்த வீட்டில் அவள் வாழ்க்கை கழிந்த நினைவுகளும் வந்து போயின. அதுவும் இல்லையென்றால் இந்த ஊரில் பிள்ளை, குட்டிகளை வைத்துக்கொண்டு எங்கு போய் வாழ்வது? உள்மனதெங்கும் கேள்விகள் நுரைத்துப் பொங்கி வட்ட வட்டக் குமிழாகி வெடித்துச் சிதறின.

“இதனால் சகலமானவருக்கும் தெரிவிச்சுக்குறது என்னன்னா...” என்ற தண்டல் பாலுவின் குரல் கன்னியம்மாளின் காதில் வந்து அலறியது. தண்டல் பாலுவின் குரல் கனவிலும் வந்து தொல்லை செய்வதாய் நினைத்து அந்தக் கொடுங்கனவிலிருந்து தப்பித்துக்கொள்ள வேண்டுமென்ற தவிப்போடு தலையை உதறிக்கொண்டு கண்களைத் திறந்தாள். வீட்டின் உச்சத்தில் ஓடு

பதிக்கப்பட்டிருந்த மரச்சட்டகங்கள் மங்கலாகத் தெரிந்தன. விழித்ததும் கண்களைக் கசக்கியவளின் காதில் மீண்டும் அந்த அலறல். அவள் வீட்டு வாசலிலிருந்துதான் கத்துகிறான் போல. வீட்டில் தூங்கிக்கொண்டிருந்த இருட்டும் கலைந்தது. அதேகுரல் இன்னும் தெளிவாகவும், அருகிலும் கேட்டது. “நம்ம கொண்டவெள்ளை கவுண்டரு மனைவியும், பெரியசாமி கவுண்டரின் தாயாருமான கல்யாணியம்மா காலமாகிட்டா…ங்கோ.. ஓஓஓஓ…” அந்தக் குரல் இரவில் உறங்கிக்கொண்டிருந்த எல்லோரையும் உசுப்பியது.

ஆத்தாளும் இறந்து விட்டாளென்ற தகவல் கன்னியம்மாளின் தொண்டையை நெரிப்பதுபோல இருந்தது. எழுந்து செம்பில் இருந்த தண்ணீரைக் குடித்தாள். மனம் வெறுமையாயிருந்தது. சுற்றிலும் இருந்த இருள் சூனியமாகத் தெரிந்தது. விடிந்தும் விடியாததுமாக எந்த வேலையிலும் கவனம் குவிக்க இயலாமல் கேதவீட்டுக்குப் போனாள். வேலிக்கு வெளியே பூச்சி கடித்து அங்கங்கு கறுத்திருந்த அதே தென்னைமரத்தின் அடியில் கரண்டு கம்பியில் நின்றிருந்த ஒற்றைக் காக்கையைப் போல தன்னந்தனியளாக நின்றிருந்தாள்.

பெரியசாமி, அவளின் மனைவி, ஆத்தாவிடமிருந்ததைக் காட்டிலும் அதிகார மிடுக்கு சற்று தூக்கலாக, இழவு வீட்டுக் கூட்டத்தைத் தாண்டி ஒரு ஆண்குரல் வெளியில் நின்ற கன்னியம்மாளிடம் வந்து வந்து சென்றது. கேதத்திற்கு வந்திருந்தவர்களில் பெரியசாமி கவுண்டனின் மகனும் மருமகளும் மகளும் மருமகனும் பிள்ளை குட்டிகளோடு வந்திருக்கிறார்களென சொன்னார்கள். மூத்த மருமகளின் குரல்தான் ஓங்கி ஒலித்துக்கொண்டிருந்தது. காரியம் முடிந்ததும் அவர்களைப் பார்த்து விசயத்தை எடுத்துச் சொல்லி பணத்தை எப்படியாவது வாங்கிவிட வேண்டுமென்று மனதிற்குள் முடிவு செய்தவள் அங்கிருந்து கிளம்பினாள். வரும்பொழுது சடையாண்டியையும் உடன் அழைத்து வரவேண்டுமென்றும் நினைத்துக்கொண்டாள்.

காலையில் அங்காளம்மாள் தோட்டத்தில் கனகாம்பரம் பறிக்க வழக்கம்போல, தூக்குச்சட்டியோடு போய்க்கொண்டிருந்தாள். மழை பொய்த்துப் போனதால் மேட்டுநிலம் சுற்றிலும் காய்ந்து புதர் மண்டி சொறிசிரங்கு பிடித்த சவலைப்பிள்ளை மாதிரி கிடந்தது. மாடுகளும் ஆடுகளும் காய்ந்த புற்களை எந்த சுவாராசியமும் இல்லாமல் கொறித்துக்கொண்டிருந்தன. போர்வெல் போட்டிருந்த சில நிலங்கள் மட்டுமே பச்சையாகத் தெரிந்தன.

கறுப்பு கறுப்பாய் கட்டெறும்பு போய்க்கொண்டிருந்த வரிசையைச் சிதைத்துவிடாமல் நடந்துகொண்டிருந்தவளைக் கடந்து வாகனங்கள் சில ஒன்றன் பின் ஒன்றாக ‘விர்.. விர்..’ரென்று புழுதியைக் கிளப்பி அதில் புகையையும் கலந்து விட்டுச் சென்றன. அவளைக் கடந்து வேகமாகச் சென்ற வாகனங்கள் பெரசிடெண்டு வீட்டுக்குள் நுழைந்ததைப் பார்த்ததும் என்ன நடக்கிறதென்று தெரிந்துகொள்வதற்காக அவள் போக நினைத்த பாதையை மாற்றிக்கொண்டு நடந்தாள்.

“சீக்கிரம் வந்து கையெழுத்துப் போடுங்க” என்று வக்கீலைப் போல கருப்பு கோட்டுப் போட்டிருந்த ஒருவன் கைகளிலிருந்த காகிதங்களை ஆட்டி ஆட்டிக் கத்திக்கொண்டிருந்தான். பெரசிடெண்டு வீட்டின் முன்னால் பெரும் கூட்டம் திரண்டிருந்தது. வெறும்வாயை அரைத்துக்கொண்டு ஓரத்தில் நின்றிருந்த ஆடுகள் அவளின் பார்வையைத் தம் பக்கம் இழுத்தன. தொழுவத்தில் மாடுகளைக் காணவில்லை. வீட்டு வாசலில் நின்றிருந்த இரண்டு பேர் பேசியது கன்னியம்மாளுக்குக் கேட்டது “பெரியசாமி குடும்பத்தை ஏந்தான் சாவு விடாம துரத்துதோ. என்ன பாவம் பண்ணுனாகளோ. ஒண்ணு விடாம தொடைச்சு எடுத்துட்டுப் போகுது. ரெட்டைப்பனை மரம் விழுந்தது கணக்கால்ல சடசடன்னு விழுந்துருச்சு.”

“என்னடி கன்னியம்மா இங்க நிக்குற?” என்று கூட்டத்தைவிட்டு விலகி வந்த கவுண்டத்தெரு பெண்ணொருத்தி கன்னியம்மாளைப் பார்த்துக் கேட்டாள். வீட்டையே எட்டி எட்டிப் பார்த்துக்கொண்டிருந்த கன்னியம்மாள் பதற்றத்தோடு வீட்டுக்குள் நடப்பது என்ன ஏதென்று விசாரித்தாள். “பெரசிடெண்டு வாங்குன கடனுக்கு கோர்ட்டுல இருந்து வீட்டையும் சொத்தையும் ஜப்தி பண்ண வந்துருக்காகளாம். ம்ஹ்... என்ன பண்ண. ஒருக்கா கடன்ல விழுந்தா மீள முடியுமா?” என்று பெருமூச்சு விட்டாள். சாலையில் நடந்துகொண்டிருந்த கோயில் மாடொன்று சடாரென்று தன் நடைமாற்றி வேலிப்படலை உரசியவாறு ஓட்டி வந்து தன் கொம்புகளைச் சிலுப்பியதில் கன்னியம்மாள் தடுமாறினாள். தலைக்குமேலே ஆகாயத்தைத் தொடும் தூரத்திற்கு வளர்ந்திருந்த தென்னைமரம் கிறுகிறுவென்று சுழல ஆரம்பித்தது.

ஆனந்த விகடன், (23.05.2018)

கல் வச்ச தோடு

பொன்னுத்தங்கம் சேலையை இழுத்துச் சொருகி சாக்குப்பையைத் தோளில் போட்டுக்கொண்டு தன் பட்டாளத்தோடு கிளம்பினாள். வழக்கம் போல ஒருவர் இருவராகப் பிரிந்து வீதிமுனைகளில் குப்பை குவிந்து கிடக்கும் தொட்டிகளை நோக்கிச் சென்றனர். குப்பைத் தொட்டியில் நிறைந்து வழிந்து கொண்டிருந்த குப்பையைக் கிளறியதில் அடியில் தெரிந்த, அப்போதுதான் கொட்டப்பட்டிருந்த ஐந்தாறு பால் பாக்கெட்டுகளை எடுத்து அதில் அங்குமிங்கும் ஒட்டியிருந்த பாலின் துளிகளை உதறி ஒன்றன்மீது ஒன்றாக வைத்து சாக்குப்பைக்குள் போட்டாள். காய்ந்த இலைகளும், சில பூஞ்சை படிந்திருந்த காய்களுமாய் தோட்டத்திலிருந்து வந்து கொட்டப்பட்ட குப்பை அந்த சிமெண்டுத் தொட்டிக்கு வெளியேயும் வழிந்து கிடந்தது. ஒருமுறை கையை உதறிவிட்டு, இலைகளை ஒருபக்கமாய் ஒதுக்கித் தள்ளி விட்டபோது ரத்தக்கறையோடிருந்த சானிடரி நாப்கின் வந்ததையும் ஒதுக்கிவிட்டாள். விருந்து சாப்பிட்டுப் போட்டிருந்த கிழிந்த வாழை இலைகள் கிடந்தன. எலும்புத்துண்டுகள் சிதறிக் கிடந்தன. குழம்புச்சாறு அதிலிருந்து வழிந்தது. உள்ளுக்குள் கிடந்த குப்பையைக் கையிலிருந்த சிறுகுச்சியால் கிளறியெடுக்கும் ஒவ்வொரு கழிவிலும் சோற்றுப்பருக்கைகளைக் கண்டாள். குப்பைத் தொட்டியில் மேலே கிடந்த குப்பைகளை வெளியே இழுத்துப் போட்டுவிட்டு உள்ளுக்குள் கையைவிட்டுக் கிளறினாள்.

அது மத்தியதரக் குடும்பங்கள் குடியிருக்கும் ஹெச்.ஐ.ஜி காலனி. கத்தியை வைத்துத் துண்டமாக்கியது போல எல்லா வீடுகளும் சதுரம் சதுரமாக ஒரே

அளவில் இருந்தன. அனைத்து வீதியிலும் சிமெண்டு சாலைகள் போட்டு சில நாட்கள்தான் ஆகியிருக்கும். சிமெண்டுக் கிடங்குக்குள் நடப்பது போல மூக்கைத் துளைக்கும் நெடி. சாலையில் அவ்வளவாகப் போக்குவரத்து இல்லை. இந்த வீதிகளில் மனிதர்கள் நடமாட்டம் சொற்பம்தான் என்றாலும் அவர்கள் கொட்டும் குப்பையின் அளவு மாத்திரம் நிறையவே இருந்தது. அதுவும் தினமும் காலை பத்து மணிக்கு வந்தால்தான் சரக்கு கிடைக்கும். அதற்கு முந்தி வந்தாலும் கிடைக்காது. பத்து மணிக்குத்தான் வீட்டு வேலைகளை முடித்து குப்பைகளை அள்ளி வந்து கொட்டுவார்கள். சரியான நேரத்துக்கு வந்தாக வேண்டும். பெரும்பாலான வீட்டு வேலைக்காரர்கள் அதையும் விட்டு வைப்பதில்லை. காசு வரக்கூடிய பொருளைத் தனியே சேர்த்து வைத்து வேலை முடிந்து செல்லும்போது எடுத்துச் சென்று விற்றுக் காசாக்கி விடுவார்கள். வீட்டுக்காரர்களில் சிலர் செய்தித்தாள்களைச் சேர்த்து வைத்து சில மாதங்களுக்கு ஒருமுறை எடைக்குப் போட்டு காசாக்கிக் கொள்ளும் வழக்கத்தைக் கொண்டவர்கள் என்பதால் அதுவும் குப்பைத்தொட்டிக்கு வருவதில்லை. இதைப் போல பத்துப் பதினைந்து காலனிகளுக்கு சென்று வந்தால்தான் அன்றைக்குக் கஞ்சிக்குத் தேறும்.

புதிதாய் கல்யாணம் ஆகி அவர்கள் தெருவுக்குக் குடிவந்திருந்த நாகராணியிடம் ஒரு தெருவிலிருந்து இன்னொரு தெருவுக்குச் செல்லும் நேரத்தில் பொன்னுத்தங்கம் கதையளப்பாள். கதையென்றால் உண்மையில் நடந்த ஊர்க்கதைதான். “இந்திராகாந்தி பெரியம்மாவப் போல நம்ம குடும்பத்தையும் கூட்டிக்கிட்டு திருவிழா நடக்குற ஊரப் பாத்துப் போகணும்டி. அங்க போய் குப்பையள்ளினா வேன் பிடிச்சு மூட்டை மூட்டையா அள்ளிட்டு வந்துரலாம். என்ன, கொஞ்சம் பணம் செலவாகும். அங்கயிருக்குற முனிசிபாலிட்டி அதிகாரிங்களுக்குக் கொஞ்சம் காசைக் குடுத்து சரி பண்ணனும். நல்ல லாபம் கெடைக்கும். அது என்னைக்கு நெறைவேறப் போகுதோ? பரமன் பெரியப்பாவும் என் புருஷன் மாதிரி குடிச்சு அழிச்சாலும் இந்திராகாந்தி பெரியம்மா மட்டும் அந்த மூனு பசங்களையும், ரெண்டு மகள்களையும் சேத்துக்கிட்டு துணிப்பெட்டியும், பாயும், போர்வையுமா கௌம்பிரும். கேட்டா ‘இந்தக் காலத்துல ஆளும் பேருமா குடும்பமே சேந்து ஒழைச்சாதான் பொழப்ப ஓட்ட முடியும்’ன்னு சொல்லும். சம்பாதிச்ச காசுல ஹவுசிங் போர்டுல நாலாவது மாடியில ஒரு வீட்டை வாங்கி இங்கயிருந்த குடிசைய வாடகைக்கு விட்டுட்டு மாடி வீட்டுக்குக் குடிபோயிருச்சு. மகள்க ரெண்டு பேருக்கும் கல்யாணம் செஞ்சு வச்சுருச்சு.” இந்திராகாந்தி பெரியம்மாவின் பெருமை பேசத் தொடங்கிவிட்டால் அவள் வாயை மூடுவது லேசுப்பட்ட காரியமில்லை. முகமெங்கும் பெருமிதம் பொங்கப் பேசுவாள். இந்திராகாந்தியின் சாமர்த்தியம் குறித்து எத்தனை பேசினாலும் தகும்.

இந்திராகாந்தி பெரியம்மாதான் பொன்னுக்கு ஆதர்சம். அந்தத் தெருவில் பொன்னுத்தங்கத்தைப் பெரும்பாலும் ‘பொன்னு’ என்றும், சிலர் ‘தங்கம்’ என்றும் கூப்பிடுவார்கள். ‘பொன்னுத்தங்கம்’ என்று முழுப்பெயரையும் சொல்லி யாரும் கூப்பிடுவதில்லை. பிரசவத்திற்கு

பெரியாஸ்பத்திரிக்குப் போனபோது, ரேஷன் கார்டுக்கு பெயரெழுதிக் கொடுத்தபோது எனச் சிலமுறைதான் அவளுக்குக் கூட முழுப்பெயரையும் சொல்லும் வாய்ப்புகள் கிடைத்தன. "ஏம்மா உன் பேரைச் சொல்லி யாரும் கூப்பிட மாட்டிங்கிறாங்க?" என்று தன் மகன் முத்து கேட்டபோது, "பேப்பர் பொறுக்கி சம்பாதிக்கிறவளுக்கு பேர் வந்துதான் சோறாக்கி போடப் போகுதா. வேலையப் பாருடா..." அவளின் அலட்சியமான பதிலில் அவன் முகம் புஸ்ஸென்று ஆகிவிடும். பொன்னு மாடிவீடு வாங்கும் அளவுக்கு சம்பாதிக்க முடியாவிட்டாலும் பிள்ளைகளுக்குப் பசியெடுக்காமல் சோறு போட காசு பார்த்துவிடுவாள். வாடகைக் குடிசையிலிருந்து தனக்கென்று சொல்லிக்கொள்ள முப்பதாயிரம் ரொக்கம் கொடுத்து வாங்கிய ஒரு குடிசைக்குச் சொந்தக்காரியானாள். கையளவு நிலத்தில் மழை ஒழுகாத குடிசை வேய்ந்து அவள் கைக்கொண்ட லட்சியத்தைச் சாதித்துவிட்டாள். புருஷன் ஆறுமுகத்தின் ஊதாரித்தனத்தையும், நச்சரிப்புகளையும் தாண்டி சாதித்ததை அந்த வீதியே அவளை வாய்விட்டு பாராட்டும். இன்றைக்கு நாகராணி போன்ற சின்னப்பெண்களுக்கு பொன்னு ஆதர்சமாக இருக்கிறாள். வைகையாற்றின் கரையிலிருந்த முப்பத்தாறு குடிசைகளில் இப்போது அவளுடையதும் ஒன்று. ஆற்றங்கரையிலிருந்த ஆலமரமத்தடிச் சேரி. அந்தக் குடிசைகளைச் சுற்றிப் பரந்திருந்த ஆலமரம் ஆற்றுக்குள் வேர்களைப் பரப்பி நீரை உறிஞ்சியும், வெய்யிலைக் குடித்தும் தலைவிரி கோலத்தில் கிளைகளை விரித்து நீண்டு அகன்று உயர வளர்ந்து பிரம்மாண்டமாய் நின்றிருந்தது. சிறகுக்குள் அடங்கிக்கிடந்த குஞ்சுகளைக் காத்து நிற்பது மாதிரி நின்றிருந்தது அந்த ஆலமரம். ஆற்றின் வெட்டவெளியிலிருந்து வேகமாக வீசும் காற்றில் சலசலத்துக்கொண்டிருந்த விழுதுகளுக்கும், மரக்கிளைகளுக்கும் நடுவில் தாயின் மடியைக் கட்டிக்கொண்டு நிம்மதியாக உறங்குகிற குழந்தைகளைப் போல அந்தச் சேரிக்குடிசைகள் அமைதியில் ஆழ்ந்திருந்தன.

ஒருமுறை மாநகராட்சியிலிருந்து வந்து ஆக்கிரமிப்பை அகற்றப் போகிறோமென்று சொல்லி மிரட்டிய சமயத்தில் பதறியபடி பல இரவுகள் தூக்கம் வராமல் கழிந்தன. பிறகு லோக்கல் தலைவர்களின் ஆலோசனைப்படி அந்த வார்டின் கவுன்சிலரையும், ஆளுங்கட்சியின் வட்டச் செயலாளரையும் கவனிக்க வீட்டுக்காரர்கள் ஒவ்வொருவரும் ஐந்தாயிரம் ரூபாய் அழுக வேண்டியிருந்தது. மொத்தமாய் ஒன்றரை லட்சரூபாய் வரைக்கும் செலவு செய்து தடுத்து நிறுத்தினர். முன்பெல்லாம் வைகையில் வெள்ளம் வந்தால் அடித்துப் போகும் குடிசையை வருடாவருடம் வேய்ந்தாக வேண்டும். இப்போது அந்தப் பிரச்சினையே இல்லாமல்போனது பெரும் மகிழ்ச்சியாய் இருந்தது. வைகையாற்றில் வெள்ளம் வருவதேயில்லை. மொத்தப் பாரத்தையும் தாங்கமாட்டாமல் மூலைகளில் வளைந்து நின்ற மூங்கில்கள். மஞ்சள்நிற மாவுத்துகள் கொட்டும் புளுத்த சவுக்கு மரங்கள். இத்துப்போய் சன்னஞ்சன்னமாய் இருந்தன வரிச்சிக்குச்சிகளின் மீது வேயப்பட்டிருந்த தென்னங்கிடுகுகள். குடிசைக்குள் பரவியிருக்கும் சூரியனின் பிரகாச ஒளியில் எப்போதும் வெளிச்சம். எவ்வளவு கெஞ்சியும் தரப்படாத மின்சார இணைப்பு பற்றிய எல்லாக் கோபங்களோடும் எரியும் திரியில்

சுடர் விடும் மஞ்சள் நெருப்பு. மாலைப்பொழுது மறைந்த பிறகு இருளை விரட்ட காற்றில் சுழன்று சுழன்று யுத்தம் நடத்தும் மண்ணெண்ணெய் நிரம்பிய கருஞ்சிவப்பு பாட்டில் விளக்குகள்.

பொன்னு குடிசை மட்டும் அவளின் தனிக் கவனிப்பால் நன்கு பராமரிக்கப்பட்டதாக இருந்தது. சில வருடங்களாக சாக்குப்பைகளிருந்த இடங்களில் பெரிய பெரிய விளம்பரப் பேனர்கள் போர்த்தப்பட்டதிலிருந்து மழையிலும் ஒழுகுவதில்லை. குடிசையை ஒட்டி சாக்கடை புரண்டோடும் கால்வாயின் கைப்பிடிச்சுவர் வீட்டின் ஒரு பக்கச்சுவரைப் போல வசதியாய் இருந்தது. பதின்மூன்று வயதான தன் மகன் முத்து மாட்டிவிட்ட அவனின் தலைவர் படமும் சாமி படங்களின் வரிசையில் சேர்ந்துகொண்டு ஊதுபத்தியின் நறுமணத்தை முகர்ந்துகொண்டிருந்தது. கால்வாய் சாக்கடையில் புரளும் செவலைப்பன்றிகளையும், தெருநாய்களையும், புழுக்களைத் தின்னத் திரியும் மெலிந்த கொக்குகளையும், கருப்புக் கோழிகளையும் கல்லால் அடித்து விளையாடுவதில் அவனின் பெரும்பாலான நேரம் கழிந்தது.

ஐந்தடி தாண்டி ஓடிக்கொண்டிருந்த சாக்கடையின் கதகதப்பில் சுகம் கண்டு களித்திருந்த பன்றிக்குட்டிகள் நான்கும் சிறு கல்லெறிதலுக்கு நாலாப்புறமும் சிதறி ஓடின. உடலின் அடிப்பாகத்தில் அப்பியிருந்த சாக்கடை நீர் வழிந்து விழுந்து மறுபடியும் சாக்கடையிலேயே கலந்தது. ஆஸ்பத்திரிக் கழிவுகளோடு, நோயாளிகள் தின்று வீசியெறிந்திருந்த உணவுப் பொட்டலங்களில் மிச்சமிருந்த எச்சில் உணவைத் தின்னும் முயற்சித்த தூரத்திலிருந்த இன்னொரு பன்றிக்குட்டியைக் குறிபார்த்து மீண்டும் ஒருமுறைக் கல்லை விட்டெறிந்தான் ‘தரைப்படை’. முத்துவின் வயசுப்பையன்கள் அவனுக்கு வைத்த பட்டப்பெயர் ‘தரைப்படை’. அந்தப் பெயர் அவனோடு ஒட்டிக்கொண்டது தனிக்கதை.

“இந்த பன்னிக தொல்லை தாங்க முடியல. ஆளுக்கு முன்னாடி மோப்பம் புடிச்சு வந்துருதுக.” குப்பைகளைப் பொறுக்கும்போது அங்குமிங்கும் குறுக்கிட்ட பன்றிகளைப் பார்த்து தங்கத்திற்கு சடவாக இருந்தது. தரைப்படை கல்லை விட்டெறிந்ததில் திசைக்கொன்றாய் ஓடின. பன்றிகள் ஓடும் வேகத்தைப் பார்த்து பொந்துகளிலிருந்து தலையை நீட்டிக்கொண்டிருந்த பருத்த பெருச்சாளி ஒன்று மீண்டும் தலையை உள்ளுக்கு இழுத்துக்கொண்டு குழிக்குள்ளேயே பதுங்கிக்கொண்டது.

“அட சூழி புடிச்சவனே, ஏன்டா கல்லை விட்டு எறியற?” பொன்னு தன் மகனைப் பார்த்துக் கத்தினாள்.

“குறுக்க குறுக்க வந்து நம்ம மேலயே விளுகுதுங்க. அதுக்குத்தான் ஒரு போடு போட்டேன்.” என்றான் தரைப்படை.

“நீ கல்லு விட்டு எறிஞ்சத பன்னி வீட்டுக்காரரு பாத்திருந்தாருன்னா, நம்மள உண்டு இல்லைன்னு பண்ணிப்புடுவாரு. கைய வச்சுக்கிட்டு சும்மா இருடா... நான் பாத்துக்குறேன்.” என்று பயமுறுத்தினாள் பொன்னு. பன்றிகளின் முதலாளி ‘பன்னி வீட்டுக்கார’ ராமனோடு தன்னால்

மல்லுக்கட்ட முடியாதென்ற பயத்தை விட ராமன் பொண்டாட்டிக்குத் தெரிந்தால் சண்டைக்கு வரிந்து கட்டி வருவாள். சண்டையென்று வந்தால் தலைமயிர் ஒவ்வொன்றையும் கையாலேயே பிய்த்து எடுத்து விடுவாளென்ற அச்சம் அவளுக்கு நிறையவே இருந்தது.

"எனக்குத் தெரியாதாம்மா? அதுக்குத்தான சின்னக் கல்லா பாத்து விட்டெறிஞ்சேன்." என்று சமாளித்தான் தரைப்படை.

"அம்மா... இந்தாம்மா..." பிளாஸ்டிக், பித்தளை, செம்புக்கழிவுகளைத் தன் அம்மாவின் கையில் எடுத்து எடுத்துக் கொடுத்தான் தரைப்படை. அவளின் எரிச்சலை சரிசெய்ய வேலையில் கவனம் செலுத்தி பொன்னுத்தங்கத்தை உற்சாகப்படுத்த முயன்றான்.

ஆஸ்பத்திரிக் கழிவுகளில் நல்ல விலைபோகும் பிளாஸ்டிக் கழிவுகள் எக்கச்சக்கமாய் இருக்கும். இந்தப் பன்றிகள் எச்சிச்சோத்தைத் தின்பதை விட்டுவிட்டு அந்தப் பிளாஸ்டிக் பாட்டில்களை, உறைகளை வாயில் கவ்வி இழுத்து இழுத்து சாக்கடைக்குள் போட்டுவிடுகின்றன என்ற கோபத்தில்தான் 'தரைப்படை' கல்லை விட்டெறிந்தான். அதற்குத் தேவை அந்த உணவு. அதன் தேவை அதற்கு முக்கியம். சாக்கடை தேங்கி நின்று நிதானித்து ஓடும் அந்தக் கால்வாயின் கரையில் முந்தைய நாட்களில் கொட்டப்படும் குப்பைக் கழிவுகளில் பன்றிகள் மீந்துபோன உணவோடு அந்தப் பொட்டலத்தின் பச்சை வாழைஇலையையும் சேர்த்துத் தின்னும். கருவேலம் புதர்கள் மண்டிக்கிடந்த அந்தக் கால்வாயின் கரையில் சன்னமான பிளாஸ்டிக் காகிதங்களிலேயே கிடக்கும் மீந்துபோன உணவை மட்டும் நக்கித் தின்பதற்குள் பன்றிகள் படாதபாடு பட வேண்டியிருக்கிறது. சில சமயங்களில் குரங்கைப் போல குட்டிக்கரணம் போட வேண்டியிருக்கிறது. அதனால் சன்னமான பிளாஸ்டிக் காகிதங்களோடு சேர்த்து எல்லா பிளாஸ்டிக் பொருட்களையும் இழுத்து சாக்கடைக்குள் போட்டு விடுகின்றன. வாயில் அகப்படும் உணவின் அளவு சிறுத்துப் போனதால் ஏற்பட்ட எரிச்சலும் ஒரு காரணமாக இருக்கலாம்.

பொன்னுத்தங்கம் என்ற அவளின் முழுப்பெயர் நினவிலிருந்து நழுவி, மறந்து, மறைந்து போனாலும் அவள் மனதைவிட்டு அகலாத கனவு ஒன்று உண்டென்றால் அது தங்கம்தான். கல் வைத்த தங்கத்தோடு ஒன்று வாங்கிப் போட்டுக்கொள்வதுதான் அவள் வாழ்வின் கனவாக இருந்தது. அரைப்பவுன் தங்கத்தோடும், ஒரு மூக்குத்தியும் போட்டால்தான் இவளைக் கல்யாணம் செய்துகொள்வேன் என்று முரண்டு பிடித்த முறைமாமன், "அம்புட்டுப் பணத்துக்கு நாங்க எங்க போறது?" என்று இவளின் அப்பன் கையை விரித்த பிறகு கட்டிக்கொள்ள மறுத்து விட்டான். கடைசியில் ஆறுமுகத்துக்கு வாக்கப்பட்டாள். ஜான்சிராணி பூங்கா பக்கத்தில் தங்கமண் அலசும் வேலை செய்வதாகச் சொல்லியவன், "நான் தெனமும் தங்கத்துல பொழங்குறவன். தங்கம் ஒரு பெரிய விசயமா!" என்று எகத்தாளமாகப் பேசித்தான் அவளைக் கட்டிக்கொண்டான். "தெருத்தெருவா குப்பையள்ளுற இந்த நாத்தம் பிடிச்ச பொழைப்ப விட்டுட்டு நானும் தங்கமண் அலசப்

போயிருவேன்.'' என்ற எண்ணத்தில் வாழ்க்கையைத் தொடங்கினாள். ஆனால், அங்கே அவனோடு வேலை செய்பவர்களிடம் கொடுக்கல் வாங்கலில் கடனைத் திருப்பிக் கொடுக்க முடியாமல் ஊரைவிட்டு ஓடிப்போனவனை மறுபடியும் திரும்பி சேர்த்துக் கொள்வதில்லையென்று சங்கத்திலிருந்து விலக்கிவிட்டார்கள் எனப் பிறகுதான் தெரிந்துகொண்டாள். சங்கத்தில் இல்லாதவர்களுக்கு நகைக்கடைகளையும், நகை செய்யும் பட்டறைகளையும் கூட்டி சுத்தம் செய்ய அனுமதியில்லை. அதனால் பொன்னு மறுபடியும் சாக்குப்பைகளைத் தோளில் போட்டுக்கொண்டு கிளம்பிவிட்டாள். தானே சம்பாதித்து சொந்தமாக ஒரு குடிசைவீடு வாங்கிய பிறகு, அரைப்பவுன் தங்கத்தோடு வாங்கிவிட வேண்டுமென்ற வைராக்கியம் கொண்டவளாகக் கையில் இருப்பதை இறுக்கப் பிடித்து பொருள் சேர்க்கத் தொடங்கினாள். அதிலும் இரும்புக்கடை அண்ணாச்சியின் சம்சாரம் போட்டிருப்பாளே கல்வைத்த வட்டத் தோடு, அதைப் போல சின்னதாக ஒன்று வாங்கிவிட வேண்டுமென்ற தவிப்பு நாளுக்குநாள் கூடிக்கொண்டே போனது.

"அடுப்புக்கு இந்தப் பக்கமா இரும்பு டப்பா இருக்குல்ல. வயர் கம்பிகள அதுக்குள்ள போட்டு வை. அப்படியே பிளாஸ்டிக்கை அந்த சிமிண்டு சாக்குக்குள்ள போட்டுரு.'' சொல்லிவிட்டுக் காய்ந்த கருவேல மரக்கிளைகளை வெட்டி வெட்டி விறகாக அடுக்கிக்கொண்டிருந்தாள் பொன்னு. அவற்றை வைத்துவிட்டு வந்த வேகத்தில் ஆலமரத்தடியில் இருக்கும் தன் நண்பர்களைப் பார்க்க தரைப்படை காலைக் கெந்தி கெந்தி ஓடினான். அவன் போனதும் உள்ளே நுழைந்த பொன்னு இரும்பு டப்பாவையும், சிமிண்டு சாக்கையும் வைத்த சுவடு தெரியாத அளவிற்கு நொடிக்குள் மறைத்து வைத்தாள். எடுத்து வைப்பதற்காகக் கனம் நிறைந்த இரும்பு டப்பாவைத் தூக்கும்போது முகம் மலர்ந்தாள். சிமிண்டு சாக்கு இன்னும் கொஞ்சம் எடை ஏறினால் நன்றாக இருக்குமென்று நினைத்துக்கொண்டாள்.

"எம்மா... சரக்கை போட்டுட்டு வரட்டுமா?'' இதே விசயத்தைப் பத்து தடவைக்கும் மேல் கேட்டுவிட்டாள் பொன்னு மகள் மரகதம்.

"வாயை மூடிக்கிட்டு சும்மா இருடி. கை நம நமன்னுதாக்கும். ஒரு அரைகிலோ வரைக்கும் சேந்துச்சுன்னாதான் நல்லா இருக்கும்.'' பொன்னு கோபத்தைப் பார்த்து உம்மென்று ஆனாள் மரகதம். அவளுக்கு அந்தக் கடைக்குப் போக வேண்டும். போனால் ஏதாவது பழைய விளையாட்டு சாமான் எடுத்து வரலாம் என்பதில் ஆர்வமாய் இருந்ததால் அப்படி கேட்டாள்.

ஆஸ்பத்திரிக் கழிவுகளில் கிடைக்கும் பிளாஸ்டிக், எலெக்ட்ரானிக் பொருட்கள் பழுது பார்க்கும் கடைகளிலிருந்து அகப்படும் பித்தளை, செம்புக் கழிவுகள் கிடைத்தால் ஒரு வாரத்திற்கு வாழ்க்கையை ஓட்டிவிடலாம். இரண்டிலும் கால்கிலோ கிடைத்தால் அந்தநாள் யோகமடித்த நாள். வழக்கமாக, தினமும் கிடைக்கும் பிளாஸ்டிக் கழிவுகளையும், பித்தளை, செம்புக் கழிவுகளையும் அன்றைக்கே விற்று காசாக்கிக்கொள்வதில்லை.

சிறுகச் சிறுகச் சேர்த்து வைத்து மொத்தமாக ஒருநாள் ‘சரக்கை’ கடையில் விற்றால் கணிசமான தொகைக் கிடைக்கும். அதை வாங்கி பொத்தல் பொத்தலாய் போயிருக்கும் குடிசைக்குக் கூரை மேய்வதற்கு, பித்தளை அண்டா வாங்குவதற்கு, கிழியாத பிளாஸ்டிக் பாய் எடுப்பதற்கு, கால் பவுன் கல்வைத்த தோடு வாங்குவதற்கு என ஏதேனும் பொருள் எடுப்பதையே லட்சியமாகக்கொண்டு பொன்னு திட்டம் போட்டு சேமித்து வைத்து, பின்னொரு நாள் அதை வாங்கியும் சாதித்துவிடுவாள். கால் பவுன் கல்வைத்த தங்கத்தோடு குறித்த கனவுகள் அடிக்கடி வந்து அவளுக்கு உற்சாகத்தைக் கொடுத்தன.

ஆறுமுகத்துக்குத் தெரியாமல் ஒளித்து மறைத்து சிறுகச் சிறுகச் சேர்ப்பதில் அவளை மிஞ்ச முடியாது. ஒரு முறை முள்விறகுகளை வெட்டி சாத்தி வைத்திருந்த மூலையின் அடியில். இன்னொரு முறை மேல்கூரையின் ஏதோவொரு இடுக்கில் ஒரு பிளாஸ்டிக் பையில் போட்டு வைத்திருப்பாள். மறுமுறை வாளியில் கொட்டி வைத்திருந்த உப்புக்குள். ஒவ்வொரு முறையும் இடத்தை மாற்றிக்கொண்டே இருப்பாள். எப்படித்தான் பொன்னு தேடித்தேடி சலித்துப் போகுமளவு கணவனைத் தோல்விக்கு மேல் தோல்வியைச் சந்திக்க வைக்கிறாளோ என்று அவர்கள் வீதியில் அவளின் பதுக்கி வைக்கும் திறமை குறித்து ‘அவ கண்ணும் கருத்துமா இருந்து பொழைச்சுக்குவா’ என்று மெச்சாத ஆளில்லை. ஒரு சிலருக்கு அவள் ‘காரியக்காரி’. இன்னும் சிலருக்கு அவள் ‘தெறமைக்காரி’. அவளைப் பற்றி அவளுக்கும் ஒரு கருத்து இருந்தது. ஆறுமுகத்திற்கு அது பதுக்கல். பொன்னுக்கு அது சேமிப்பு.

“டேய், உங்க அம்மா எங்கடா போனா?” ஆறுமுகம் தன் மகனைப் பார்த்துக் கேட்டான். போதை அவ்வளவாக இல்லை. நெடி மாத்திரம் கடுமையாக இருந்தது. ஆண்டுக்கணக்கில் உடலில் இறங்கி ரத்தத்திலும், தசைகளிலும் கலந்து விட்டிருந்த வாடை வியர்வையில் வழிந்து வீசியது.

“எனக்கு என்ன தெரியும்ப்பா. நானே இப்பதான் கடையில சரக்கைப் போட்டுட்டு வர்றேன்.” என்றான் தன் அப்பனைப் பார்த்து.

“சரக்க போட்டுட்டு வர்றியா. இப்ப கையில எவ்வளவு வச்சுருக்க?” கேட்ட நிமிடத்திலேயே அவன் சட்டை, பேண்ட் பாக்கெட்டுகளைத் துழாவினான்.

“கட மொதலாளி என் கையில எப்ப காசு குடுத்தாரு. எல்லாத்தையும் அம்மா போய் வாங்கிக்கிரும்.” என்று சொன்னான்.

“அது சரி. வக்கனையா பேசுறதுக்கு ஒங்க ஆத்தாக்காரி நல்லா சொல்லிக் குடுத்துருக்கா. பணம் எங்க வச்சிருக்கான்னு சொல்லு. இல்லைன்னா, பித்தளை சரக்கை எங்க வச்சுருக்கானு காட்டு.” என்று மகனின் தோளை அழுத்திப் பிடித்து பலவந்தப்படுத்தினான். மகனுக்கோ, மகளுக்கோ கூட பொன்னு பதுக்கும் ரகசிய குகை எங்கேயிருக்கிறது என்பது தெரியாதென்று

ஆறுமுகத்திற்கு உறுதியாகத் தெரியும். இருந்தாலும் சோதனையாக ஒருமுறை முயற்சி செய்து பார்த்தான். அவள் பதுங்குமிடமும், பதுக்கும் இடமும் அவ்வளவு எளிதில் கண்டுபிடிக்கக் கூடியதல்ல.

“அப்படி எங்கிட்டுத்தான் வைப்பாளோ. அந்தக் கூரைய மொத்தம் பிரிச்சு போட்டாலும் அம்புட்டு லேசுல கெடைக்காதுடியம்மா. வைக்கோல் படப்புக்குள்ள போட்ட ஊசி மாதிரிதான். செத்தச் சிறுக்கிக அவளைப் பாத்து கத்துக்கணுண்டி. பொன்னு பெரிய மாயக்காரி.” என்று அவர்கள் கூட்டத்தில் அவளின் பதுக்கி வைக்கும் திறமை குறித்து காமாட்சிக் கிழவி மெச்சினாள். “மாயம் பண்ற வித்தை அவ்வளவு லேசுல வந்துருமா என்ன? கழுகாட்டம் மூக்கு வேர்த்துத் திரியிற ஆம்பளையோட கண்ணைக் கட்டுறதுக்கும், சுத்துல விடுறதுக்கும் தெறமை மட்டுமிருந்தா போதாது. நெஞ்சழூத்தம் வேணும்டி.” பழைய இரும்புக்கடையில் சாயங்கால நேரத்தில் பொறுக்கி வந்திருந்த சரக்கைப் பொருள் வாரியாக எடைபோடக் காத்திருந்த ஆலமரத்தடி சேரிப் பெண்களிடம் சொல்லி சிலாகித்தாள் காமாட்சிக் கிழவி.

“பொன்னு காரியக்காரி மட்டுமில்லை. அவ பெரிய சாகசக்காரி.” என்று அவள் இல்லாத நேரங்களில் கிழவி அவள் குறித்த பெருமைகளை அள்ளி வீசுவாள். பக்கத்திலிருந்த கிழவியிடம் பேச்சுவாக்கில் பொன்னு சொன்னாள், “நான் சேக்குறது பணம் இல்லத்த. எனக்கும், எம் புள்ளைகளுக்கும் ரெண்டு நாள் சோறு. தலைக்கு மேல நெழல் தர்ற கூரை. கூட கொஞ்சம் சேர்ந்தா என் மக முகம் லட்சணமா தெரிய சின்ன மூக்குத்தியும், அரைப்பவுன்ல கல் வச்ச தங்கத்தோடு. அவ்வளவுதான்...” என்றாள்.

பொன்னு தன் கணவன் ஆறுமுகத்திடமிருந்து அந்தப் பொருட்களைப் பதுக்கி வைப்பதில் உண்டாகும் சாகசத்தை விரும்பிச் செய்தாள். அவன் குடித்துவிட்டு அடிக்கும் ஒவ்வொரு அடிக்கும் அவனைப் பொருள் இருக்குமிடம் தேடித் திணறவிடுவதில் பழிதீர்த்த சுகம் கண்டாள். ஆரம்பத்தில் ஊதாரிக் கணவனிடமிருந்து ஒளித்து வைத்து சேமிப்பதையே முதன்மை நோக்கமாய் தொடங்கியவளுக்கு நாளாக நாளாக சாகசம் முதன்மை நோக்கமாய் மாறிப்போனதைப் போல இருந்தது. அவனுக்காகத் துவங்கிய பதுக்கல் அவள் அவளுக்காக செய்யும் சாகசத்தைப் போல மாறிப் போனது. அவளின் புதையலை அவனால் தேடிக் கண்டடைய முடியவில்லை. கண்டடையவே முடியாது என்னும் நிலைக்கு வந்தான். அவளுக்காக சாகசம் செய்ய துவங்கிய கணம் முதல் அது அவிழ்க்க முடியாத புதிராக ஆறுமுகத்தை சுற்றலில் விட்டது. தலை சுற்றியபோது மூளையும் சேர்ந்து சுற்றிக் குழம்பியது அவனுக்கு.

ஒவ்வொரு தேடலிலும் வெறும் சூன்யத்தையே அடைந்தவன் அவளின் உடலை உசுப்பேற்றி பின்னிப்பிணைந்து அவளின் பெருஞ்சூட்டைத் தணித்து அவள் அவனுடைய இடுப்பை இறுகப் பற்றி முயங்கிக் கிடந்த தருணத்தில் மெல்ல அன்போடு கேட்டான். “பொன்னு... பொன்னு...” என்று குடிசை வாசலில் படுத்திருக்கும் குழந்தைகள் இருவருக்கும் கேட்டு

விடாதபடி மெல்ல அழைத்தான்.

"ம்ம்... சொல்லு..." களைப்பிலிருந்த அவளும் மெல்லிய குரலில் கேட்டாள்.

"நாளைக்கி ஒரு நூறு ரூவா மட்டும் கொடு. நிலக்கோட்டைக்கு ஒரு விசேஷத்துக்குப் போயிட்டு வரணும்" அன்பு ததும்பும் கொஞ்சல் குரலில் கேட்டான்.

"இதுக்குதான் இங்க நக்க வந்தியா?" என்று கேட்டு அவனை நெஞ் சில் கைவைத்து உன்னித் தள்ளிவிட்டு வழிந்து கிடந்த திரவத்தைப் பாவாடையில் துடைத்துவிட்டு நொடியில் சேலையைச் சரி செய்துகொண்டு சேவலைப்போலக் கொண்டையை சிலுப்பியபடி எழுந்து குடிசைக்கு வெளியே போனாள்.

"வக்காலி மவளே! ஒனக்குக் கொழுப்பு ரொம்ப ஏறிப் போச்சுடி. எவனுக்குக் கொடுக்க இப்படி ஒளிச்சுவச்சு எங்கிட்டேயே ஆட்டம் காட்டுற?" கல்லடி பட்ட தெருநாயைப்போல அவளை நோக்கிப் பாய்ந்தான்.

நடு இரவில் இவர்கள் சத்தம் கேட்டு வெளியில் படுத்திருந்த எல்லோரும் விழித்துக்கொண்டனர். "ஏய்... உங்க ரெண்டு பேருக்கும் வேற பொழப்பு இல்லையா. மனுசங்களை நிம்மதியா தூங்கக்கூட விட மாட்டிங்களா?" என்று அவர்களின் குடிசையிலிருந்து பத்தடி தள்ளி சுருங்கிப் படுத்துக் கிடந்த கிழவன் ஒருவனும், "எப்பப் பாரு இதுங்களோட இதே கருமாந்தரம். கொஞ்சம் அசந்து கெடக்க விடுறதுல்ல. ச்சீ..." என்று இன்னொரு கிழவனும், பக்கத்துக் குடிசைக்காரர்களும் சண்டைக்கு வரத் தொடங்கினர்.

அவள் சுகத்தைத் தணித்துவிட்டு அவன் சுகம் காணும் சூதாட்டத்திற்கும், சாராயத்திற்கும் சம்பாத்தியம் போதவில்லையென்னும் சமயத்தில் அவள் சேமிப்பை எடுத்துப் போய்விட எத்தனையோ பிரயத்தனங்களைச் செய்தான் ஆறுமுகம். ஓரிருமுறை என்றாலும் பரவாயில்லை. தினமும் அவனுக்குப் பற்றாக்குறைதான். இரவை நெருங்கும் ஒவ்வொரு மாலையும் அவனுக்கு அவனை மீறிய தேவைகள் பெருகிக்கொண்டே இருந்தன. எந்தத் தருணத்திலும் அவனுக்குப் பணம் கொடுப்பதில்லையென்று பொன்னு தீர்மானகரமாக இருந்தாள்.

"இந்தாளு போக்குக்கு ஈடுகுடுத்துப் போனா இப்ப இருக்குற கூரையையும் தூக்கிக் குடுத்துட்டுப் போக வேண்டியதுதான். எந்நேரமும் குடியும், சீட்டுமா இருக்குற மனுசன் பேச்ச நம்பியிருந்தா இப்ப தெருவுல கெடைக்கிறது கூட கெடைக்காமப் போயிரும் அத்தை" என்று அவன் முன்னாலேயே காமாட்சிக் கிழவியிடம் பஞ்சாயத்து வைத்தாள். காமாட்சிக் கிழவி ஆறுமுகத்திற்கு அம்மா முறை. அதனால் இவள் 'அத்தை' உரிமையோடு பேசினாள்.

'இவனை இப்படியே விட்டால்?' இந்தக் கேள்விதான் அவளை இவ்வளவு இறுமாப்பு கொள்ளச் செய்தது. பிள்ளைகளின் வாழ்க்கைத் தேவைகளை யார் பார்ப்பது? இந்தக் கவலை பொன்னு நெஞ்சில்

நங்கூரமாய் நிலைகொண்டிருந்தது. பணம், பொருள் என ஏதோவொன்றைத் தேடித்தேடிக் கிடைக்காத ஆற்றாமை மாறி எரிச்சலாகி, கடுங்கோபத்தின் உச்சத்தை அடைந்து ஆறுமுகம் கத்திக் கூச்சல் போடுவான். அடித்தும் தீராத ஆத்திரத்தில் முருங்கை மரக்கிளையைப் போலிருக்கும் அவளின் வலுகுன்றிய இடுப்பெலும்பை ஒரே உதையில் ஒடித்துவிட நினைத்து ஆத்திரத்தில் அவளைத் தேடுவான். அவனுக்குப் போக்குக் காட்டிவிட்டுப் பக்கத்து வீடுகளில் ஏதோவொன்றில் ஓடிப்போய் பதுங்கிக்கொள்வாள். அவனிடம் தப்பித்து வைகையாற்றுக் கருவேலப்புதர்களில் புகுந்து ஒளிந்துகொள்வாள். அங்கிருந்து அவனைக் கவனிப்பாள். அவனின் ஆத்திரமேறிய சிவப்புக்கண்கள், கூச்சலிடும்போது தெறித்து விழும் உமிழ்நீர் ஆற்றின் புதர்களில் கிடக்கும் பிணத்தைக் குதறித்திரியும் வெறிகொண்ட நாயைப்போலத் தெரியும். அவனின் ஆத்திரம் அவளுக்கு மேலும் ஆத்திரமூட்டியது. அடுத்தமுறை அவனால் கண்டுபிடிக்கவே முடியாத இடத்தில் பதுக்கி வைக்க உள்மனம் போடும் திட்டங்களே அவளின் ஆத்திரத்தைத் தணித்தது.

ஆறுமுகம் ஒருநாள் குடித்துவிட்டு வந்த சண்டையில் பொன்னு அவனை ஆத்திரம்தீர அடித்ததில் ஆறுமுகத்தின் உதடு கிழிந்தது. பார்ப்பதற்கு சவலைப்பிள்ளையைப் போல நோஞ்சானாய் தெரிந்தாலும் அவளின் ஆவேசம் பலம் மிகுந்தது என்பது ஆறுமுகத்திற்கு மிகநன்றாகத் தெரியும். மறுநாள் கன்னமும், உதடும் வீங்கி அலைந்தான். சிலமுறை எதிர்பாராவிதமாக அவன் கையில் மாட்டிக்கொண்டால் அந்நாட்களின் இரவில் தரைப்படை தன் தங்கையோடு அம்மா அருகில் உட்கார்ந்து அவளுக்குத் தைலம் தேய்த்துவிடுவதும், அழுத்தி ஒத்தடம் வைப்பதுமாக இரவைக் கழிக்க நேரிடும். வலியெடுத்து உடலின் சதைத்துணுக்குகள் விண் விண்ணென்று தெறிக்கும்போது “உனக்கெல்லாம் நல்ல சாவே வராதுடா. என் தூமையக் குடிக்கி...” என்று சாபங்களால் அர்ச்சித்து ஆறுமுகம் இருக்கும் திசையை நோக்கிக் காறித்துப்புவாள். அவன் காதுகளில் அவளின் சாபங்களும், மகள் மரகதத்தின் முனகல் சத்தமும் கேட்காது. தரைப்படையின் அடித்து வீழ்த்தும் கோபப்பார்வை கண்களுக்கு அருகிலிருந்தும் தெளிவாகத் தெரியாது. போதையின் மயக்கத்தில் தெருவில் போட்டிருந்த பாயிலிருந்து விலகி உருண்டு மண்தரையில் கால்களையும், உடம்பையும் நெளித்துக்கொண்டுக் கிடந்தான். அவளை நோக்கி வசவுகளை வீசி எறிந்துகொண்டிருந்தான். அப்போது வாயிலிருந்து வடியும் எச்சிலில் ஒட்டியிருந்த மண்ணைப் போதையில் காறி முகத்திற்கு மேலே துப்பியதில் அவன்மீதே வந்து விழுந்தது. சிறிது நேரத்தில் வலதுகையை அசைக்கும்போது எச்சிலுடன் வந்திருந்த கெட்டிச்சளி கையில் பிசுபிசுக்கக் கையைக் கொஞ்சம் மேலே தூக்கி ‘டமாரென்று’ தரையை அடித்தான்.

போதையேறிய நாளொன்றில் ஆறுமுகம் தன்னிலை பிறழ்ந்து உருண்டுகொண்டிருந்த பசிநாட்களை விட பெருந்துயரம் ஒன்று அவள் வாழ்வில் வந்தது. பக்கத்து வீட்டு மாணிக்கத்தைத் திருமணம் செய்துகொண்ட நாகராணி இவளோடு நன்றாக ஒட்டிக்கொண்டாள். எங்கு போனாலும்

ஒன்றாகத்தான் போனார்கள். நாகராணி, பொன்னுக்கு நல்ல துணையாக, சிநேகிதியாக மாறிவிட்டாள். “முத்து.. முத்து..” என்று அவள் மகனை வாஞ்சையோடு நாகராணி கவனித்துக்கொண்டதில் பொன்னுக்கு மிகுந்த மகிழ்ச்சி.

ஆற்றுக்கு வெளிக்கி இருக்கப்போன இரவில் முத்துவின் கதையைச் சொன்னாள். “பச்சைக்குழந்தை இருக்குற வீட்டுல, துணைக்கு வீட்டுல இருடான்னு சொன்னா, வீடு தங்காம ஊர் மேயுறதுதான் வேலையா போச்சு. உன்னைய காலை உடைச்சு வீட்டிலேயே போட்ருவேன்.” என்று மகள் மரகதம் பிறந்த சமயம் அவள் சரக்கு பொறுக்கப் போகும் நேரத்தில் அவனைப் பார்த்துக் கொள்ளச் சொல்லித் திட்டுவாள்.

“முத்து சின்ன வயசுல ஓடியாடித் திரிவான். கடைக்கி அனுப்புனாலும் வாயில ஸ்கூட்டரை மிதிச்சு ஒட்டிட்டுப்போற மாதிரிதான் குடுகுடுவென ஓடிப்போய் ஓடிவருவான். தெருப் பிள்ளைங்களோட சேந்து சுத்திக்கிட்டு வீட்டுல தங்குறதே கெடையாது” என்று பொன்னு சொன்னபோது அவள் முகம் பெருமிதத்தில் மிளிர்ந்தது. பெருமிதத்தில் இருந்து மெல்ல மாறிய அவளின் முகம் மேலும் பேசமுடியாமல் விக்கித்து நின்றது. நாளாக நாளாக பொன்னு அங்கொன்றும், இங்கொன்றும் சொன்னதை வைத்து நாகராணி அவளே முழுக்கதையையும் தெரிந்து கொண்டாள். சில வருடங்கள் கழித்து முத்துவும் அம்மாவோடு சேர்ந்து சரக்கு பொறுக்கப் போன இடத்தில் ஆஸ்பத்திரிக் கழிவுகளை பொறுக்கியெடுத்து சாக்குப் பையில் போட்டுக்கொண்டிருந்தான். ஏதோ ‘சுருக்’கென்று குத்தியதுபோல இருந்தது. கண்டுகொள்ளாமல் விட்ட சில மாதங்களில் வலதுகாலில் உண்டான கடுமையான வலியைப் பொறுக்காமல் கத்திக் கூப்பாடு போட்டான் முத்து. பெரியாஸ்பத்திரியில் இதுதான் காரணமென்று திட்டவட்டமாகக் கண்டுபிடிக்க முடியாமல்போன சில நாட்களில் வலதுகால் சூம்பி சிறியதாக ஆரம்பித்தது. மூன்றுமாதங்களில் ஓடிக்கொண்டு திரிந்த முத்து வலது கால்முட்டியில் கையூன்றி, விரல்களைத் தரையில் அழுந்த ஊன்றி, குதிகாலை மேலே தூக்கி தரையைத் தேய்த்துக்கொண்டு விந்தி விந்தி நடக்க ஆரம்பித்தான். மற்ற பிள்ளைகள் அவனைக் கேலி செய்தபோது தரையைத் தேய்த்துக் கொண்டு வந்து வழக்கமான மூர்க்கத்தோடு எம்பி அடிக்க ஓங்குவான். சிலருக்கு சுள்ளென்று அடியும் விழுந்தது. அதிலிருந்து ‘தரைப்படை.. தரைப்படை..’ என்று அழைக்க ஆரம்பித்தார்கள். நாளாக நாளாக முத்து ‘தரைப்படை...’ என்று அழைத்தால் “இரு மாப்ளே.. இந்தா வந்துடுறேன். சேந்தே போயிரலாம்..” என்று தரைப்படையாக மாறி சகஜநிலைக்கு வந்து சுமார் நான்கு வருடங்களாகிவிட்டது. கோபமும், எரிச்சலும் போன இடம் தெரியவில்லை.

முத்து ஆஸ்பத்திரியில் கிடந்த அந்த சமயத்தில் கடன்காரர்கள் தொல்லை தாங்க முடியாமல் பொன்னு, குழந்தைகளையும் தவிக்கவிட்டு ஆறுமுகம் ஓடிப்போய் ஒளிந்துகொண்ட நாட்களில் அவள் கஷ்ட ஜீவனம் நடத்தியதை அந்த வீதியே ‘உச்’ கொட்டிப் பார்த்தது. ஆசை ஆசையாய் சேர்த்து வைத்த பித்தளை அண்டா, பொங்கப்பானை, குத்துவிளக்கு என அடகு வைத்தாள்.

பிறகு கஷ்டம் தாங்காமல் அந்தப் பொருட்களைக் கேட்ட விலைக்கு விற்று விட்டாள். அந்தத் துயர்மிகுந்த நாட்களில் பொன்னுவின் அண்ணன் வந்து வீட்டுக்கு அரிசி, பருப்பு வாங்கிப் போட்டான். குழந்தைகளுக்கு தின்பண்டங்கள் வாங்கிக் கொடுத்தான். அவளிடம் கையில் கொஞ்சம் பணத்தையும் தந்துவிட்டுப் போனது கத்திரி வெயிலில் சடசடவென சில துளிகளைக் கொட்டும் கோடைமழையைப் போல இருந்தது. பசியின் கடும் வெப்பத்தில் கொஞ்ச நாளிலேயே அது ஆவியாகி மறைந்தது. ராமன் தாத்தா பன்றிகளுக்காகக் கல்யாண மண்டபத்திலிருந்து எடுத்து வந்த எச்சில் இலைகளில் விட்டுவைத்த எச்சில் சோற்றை, மீந்த காய்கறிகளை, மட்டன் துண்டுகளை அலுமினியப் பாத்திரத்தில் போட்டுக்கொண்டு வந்து தின்றுகொண்டிருந்த பட்டைச்சாமி, பக்கத்தில் நின்றிருந்த முத்துவுக்கும், மரகதத்திற்கும் பசியாற ஊட்டி விட்டதைப் பார்த்து எதுவும் பேசாமல் முகத்தைத் திருப்பிக்கொண்டு கண்கள் ஈரமாகக் கடந்து போனாள் அவள்.

“வெளையாட்டு வெனையாயிருச்சு. நான் குடுத்த சாபம்தான் பிள்ளைக்கு இப்படி ஆயிருச்சு. குடும்பத்தையும் பொதைகுழியில சிக்கிக்கிட்டு தவிக்குற மாதிரி தவிக்க வைக்குது” என்று அழுது புலம்பினாள். அவனுக்குச் சரியாக வேண்டுமென்று பொள்ளாச்சி மாசாணியம்மனுக்கு நேர்ந்திருந்தாள். அந்த நாட்களில் பொன்னு சேர்த்து வைத்திருந்த சிறுவாடு ஆஸ்பத்திரிக்குப் போய்வர ஆகும் பஸ் செலவுகளுக்கே சரியாகித் தீர்ந்தது. ஆசைகளை அடக்கிக் கொண்டு சேர்த்து வைத்த பலமாத சேமிப்பு சில மணித்துளிகளுக்குள் கையிலிருந்து நழுவி ஓடும் வேகம் அவள் உடலை நடுங்கச் செய்தது. சேமிப்பு முழுவதும் கரைந்ததும், மருத்துவச் செலவுகளுக்காக எட்டு வருடங்களுக்கு முன்பு கந்துவட்டிக்குக் கடன் வாங்கியவள் இன்றைக்கும் வட்டி கட்டிக்கொண்டிருக்கிறாள்.

“அத்த, இந்த கால்பவுன் தோட வச்சுக்கிட்டு அமுலம்மாகிட்ட சொல்லி ஐநூறு ரூவாயா போட்டுத்தரச் சொல்லு.” என்று காமாட்சிக் கிழவியைத் துணைக்கு அழைத்தாள். அவள் வாழ்வில் சாதித்து விட்டதற்கான சின்னமாக வைத்திருந்த கால்பவுன் தங்கத்தோடை மாற்றி அரைப்பவுனாக வாங்கிவிட வேண்டுமென்று துடிப்பாய் இருந்த பொன்னு கந்துவட்டிக்காரியிடம் அடமானம் வைத்துத் தரச் சொல்லி காமாட்சிக் கிழவியிடம் தோடைக் கொடுத்தாள். “கல் வச்ச தோடு அவ்வளவா வெலை போகாதுடியம்மா. தங்கம் கம்மியாதான் இருக்கும். நீங்க கேட்குற அளவுக்குப் பணம் கெடைக்காது” என்று அமுலம்மா சொன்ன போதும் காமாட்சிக் கிழவியும், நாகராணியும்தான் அவள்படும் துயரங்களைச் சொல்லி, கெஞ்சலாகப் பேசி அடமானம் வைத்துக்கொடுத்தனர். ஆறுமுகம் வீட்டைவிட்டு ஓடிப்போய் பல மாதங்கள் கடந்தன. புருஷன் இல்லாத நாட்களாயிருந்தாலும் எல்லாக் கஷ்டங்களிலிருந்தும் மீண்டு வந்தாள். அதைத் தூக்கி இதில் போட்டு, இதைத் தூக்கி அதில் போட்டு மீண்டும் பொருள் சேர்க்க ஆரம்பித்தாள்.

“வட்டியும் கொறைஞ்ச பாடு இல்ல. கடனும் தீந்த பாடு இல்ல. தேய்ஞ்ச நெலா வளர்ற மாதிரில எவ்வளவு கட்டிக் கொறைச்சாலும் மறுபடியும் வளருது.” எட்டு வருடங்களாக வாங்கிய கடன் அடைபடவே இல்லை

என்பதை நினைத்து மருகி எந்நேரமும் வட்டிக்குவிடும் அமுலம்மாளைக் கரித்துக் கொட்டிக்கொண்டிருந்தாள். “அவகிட்ட அடமானம் போன நகை, அலிபாபா கொகை. திரும்பி வந்ததா சரித்திரமில்லை’யென்று அக்கம்பக்கத்தினர் சொல்லக் கேட்டு ஒரு தீர்மானத்திற்கு வந்தாள். கந்துவட்டிக்கு விடும் அமுலம்மாவுக்குப் பயந்து அந்த நகையை மீட்பதை விடுத்து மறுபடியும் பதுக்கிப் பதுக்கி பணம் சேர்த்து கால் பவுனில் தோடு வாங்கினாள். கல் வைத்த தோடுதான் வாங்கினாள். “எக்கா, கல் வச்ச தோடுதான் வெலை போகாதில்ல. அதையே ஏன் திரும்பவும் வாங்குற?” என்று உடன் வந்திருந்த நாகராணி கேட்டாள். “கல் வச்சாத்தாண்டி தங்கத்துக்கே அழகு சேரும். சும்மா மொழுக்கட்டின்னு தோடு மட்டும் இருந்தா நல்லாவா இருக்கு?” அவரவருக்கு அவரவரின் விருப்பம் உசத்தியென்பதைப் போல பொன்னு பதில் சொன்னாள். ‘அடமானத்திற்கு விலையுண்டு என்றாலும் மனதின் ஆசைக்கு விலை வைக்க முடியுமா?’ தனக்குத்தானே சொல்லிக்கொண்டாள். அவளிடமிருந்து மீட்டுவிட்டால் அரைப்பவுனாக ஆக்கிக் கொள்ளலாமென்று திட்டமிட்டுக்கொண்டாள்.

ஆசையாய் வாங்கி வைத்திருந்த தங்கத்தோடை அவள் எப்போதும் அணிந்ததில்லை. ஒளித்து வைக்கும் இடத்திலிருந்து எடுத்து அவ்வப்போது எடுத்துப் பார்த்து மகிழ்ந்து கொள்வதோடு சரி. கையில் எடுத்தவுடன் ‘நல்ல கனமாத்தான் எடுத்துருக்கோம்’ என்று தன்னைத்தானே மெச்சிக்கொண்டாள். தங்கத்தைத் தடவிய விரல்கள் இன்னும் மிருதுவாகிவிட்டதாய் மகிழ்ந்தாள். ‘இதையெல்லாம் அனுபவிக்க என் மவளுக்காவது கொடுத்து வைக்கணும் ஆத்தா...’ மடப்புரம் காளியை மனதிற்குள் நினைத்து மந்திரம்போல வாய்க்குள் ஏதோ சொல்லி நேர்ந்துகொண்டாள். செம்பும், பித்தளையும் பொறுக்கிய கையில் தங்கம் கிடந்ததில் உள்ளுக்குள் பூரிப்பு. பூரிப்பில் ஒருமுறை யாருக்கும் தெரியாமல் போட்டுப் பார்க்க உந்திய ஆசையில் திருகாணியைக் கழட்டி காதில் மாட்டி ரசம் அழிந்த கண்ணாடியில் அந்தப்பக்கமும், இந்தப்பக்கமும் திரும்பி காதில் அணிந்திருந்த தோடைப் பார்த்துப் பார்த்து ரசித்தாள். அவள் வாழ்வின் சாதனையை நினைத்து மனதிலொரு கர்வமும், உடலில் சின்ன மிடுக்கும் மிளிர்ந்தது. சேலைத்தலைப்பை எடுத்து ஒருமுறை மடித்துத் தோளில் போட்டு நீவிவிட்டு மறுபடியும் கண்ணாடியைப் பார்த்தாள். அவளுக்குப் பின்னால் ஆறுமுகம் மஞ்சள் கறைபடிந்த, கறுப்புத் துகள்கள் சிக்கியிருந்த பற்கள் தெரிய மெல்ல சிரித்துக்கொண்டு நின்றிருந்ததுபோல கண்ணாடியில் மங்கலாகத் தெரிந்தது. பத்து மாதங்களுக்கு முன்பு ஓடிப்போன ஆறுமுகமா அது? இரையைக் கண்டுவிட்ட வேட்டைநாயின் பார்வையுடன் நின்றிருந்த அவன் கண்கள்தானா அது? கண்ணாடியைத் துடைத்துப் பார்த்தாள். நன்றாகத் துலக்கமாகத் தெரிந்தது. நின்றிருந்தது ஆறுமுகம்தான். அது அவன் கண்கள்தான்...

நம் நற்றிணை (ஜூலை, 2018)